கெணத்து வெயிலு

காதலாரா

படைப்பு பதிப்பகம்
#8, மதுரை வீரன் நகர்
கூத்தப்பாக்கம்
கடலூர் - தமிழ்நாடு
607 002
✆94893 75575

நூல் பெயர்	:	கெணத்து வெயிலு (கவிதை)
ஆசிரியர்	:	காதலாரா
பதிப்பு	:	முதற்பதிப்பு 2020
பக்கங்கள்	:	134
வடிவமைப்பு	:	முகம்மது புலவர் மீரான்
அட்டைப்படம்	:	படைப்பு டிசைன் டீம்
வெளியீட்டகம்	:	இலக்கிய படைப்பு குழுமம்
அச்சிடல்	:	படைப்பு மீடியா நெட்வொர்க்ஸ், சென்னை
வெளியீடு	:	படைப்பு பதிப்பகம்
பதிப்பாளர்	:	ஜின்னா அஸ்மி
விலை	:	ரூ 100

Title	:	Kenathu Veyilu (Poem)
Author	:	Kaathalaaraa
Edition	:	First Edition - 2020
Pages	:	134
Printed by	:	Padaippu Media Networks, chennai
Publishing Agency	:	Ilakkiya Padaippu Kuzhumam
Published by	:	Padaippu Pathippagam
Website	:	www.padaippu.com
E-mail	:	admin@padaippu.com
ISBN	:	978-81-946899-6-6
Price	:	₹ 100

பதிப்புரை

ஜின்னா அஸ்மி
பதிப்பாசிரியர்

பொதுவாக, கிணற்றில் என்ன இருக்கும்? தண்ணீர் இருக்கும். இல்லையெனில் வறண்டு கிடக்கும். இதைத்தவிர வேறு என்ன பெரிதாக இருந்துவிடப்போகிறது என எளிதாகக் கடந்துவிட முடியாது. அதனுள்தான் ஆழம் இருக்கிறது. எட்டிப் பார்க்கும்போது தண்ணீர் தெரிகிறது, நாம் அதைப் பார்க்கிறோம். நாமும்தானே தெரிகிறோம். நம்மை யார் பார்ப்பது என்பதே கிணற்றின் ஆச்சர்யம். எட்டிப் பார்க்கிறோம் என்பதைவிட எப்படிப் பார்க்கிறோம் என்பதில்தான் எல்லாமும் இருக்கிறது என்பதை கற்றுக்கொடுப்பதே கிணறுதான். எளிமையில்தான் எல்லா ஆச்சரியங்களும் மூழ்கிக் கிடக்கிறது என்பதற்கு கிணறே சாட்சி. அப்படிப்பட்ட எதார்த்தங்களின் சாட்சியங்களையெல்லாம் கவிதைகளாக ஒன்றுதிரட்டி உருவாக்கப்பட்டிருப்பதே 'கெணத்து வெயிலு' தொகுப்பு. இதில் உள்ள ஒவ்வொரு கவிதையும் எல்லோருக்கும் புரியும்வகையில் மிக எளிய நடையில் இருப்பதும், அது எதார்த்தங்களை வாசிப்பவர் மனதில் விதைத்துவிட்டுப் போவதும் இத்தொகுப்பின் பலம்.

தருமபுரி மாவட்டம், கெட்டுப்பட்டியை பிறப்பிடமாகக் கொண்ட படைப்பாளி 'காதலாரா' அவர்களுக்கு இது முதல் தொகுப்பு. இவரது கவிதைகள், பல முன்னணி பத்திரிகைகளில் பிரசுரமாகியிருக்கின்றன. மேலும் படைப்புக் குழுமத்தால் வழங்கப்படும் மாதாந்திர சிறந்த படைப்பாளி என்ற தனித்துவமான அங்கீகாரத்தைப் பெற்றவர் என்பது குறிப்பிடத்தக்கது.

எமது படைப்பு பதிப்பகத்தின்மூலமாக தன் கவிதைத் தொகுப்பை வெளியிட முன்வந்த படைப்பாளி காதலாரா அவர்களுக்கும், வாழ்த்துரை வழங்கிய கவிஞர் சென்னிமலை தண்டபாணி அவர்களுக்கும், அணிந்துரை வழங்கிய படைப்பாளி கவிஜி அவர்களுக்கும், நூல் உள்கட்டமைப்பை மற்றும் அட்டைப்பட வடிவமைப்பில் இத்தொகுப்பை அலங்கரித்த படைப்பாளி முகம்மது புலவர் மீரான் அவர்களுக்கும் மற்றும் இந்நூல் வெளிவர உதவிய அனைவருக்கும் படைப்புக் குழுமம் தனது நன்றியைத் தெரிவித்துக் கொள்கிறது.

வளர்வோம்! வளர்ப்போம்!
படைப்புக் குழுமம்

சமர்ப்பணம்

அம்மா - காளியம்மாவுக்கும்
அப்பா - கிருஷ்ணனுக்கும்
ஊர் - கெட்டுப்பட்டி நிலத்திற்கும்
நண்பர்களுக்கும்
உறவினர்களுக்கும்

அணிந்துரை

கவிஜி

இணையதளத்தில்தான் பழக்கமானான், தம்பி 'காதலாரா'. ஆனால் இதயத்தளத்தில் அமர்ந்துவிட்டான்.

அற்புதங்கள் என்ன செய்யும். இப்படிப்பட்ட மனிதர்களைக் கொண்டுவந்து நம்மிடம் சேர்க்கும். கவிதை எழுதுவதற்கு கற்பனைசார்ந்த அனுபவ அறிவு போதும். கவிதைப் புத்தகம் போடுவதற்கு காலம் வேண்டும். கனிந்திருக்கிறது கவிதைகள்.

கிட்டத்தட்ட கடந்த ஐந்து ஆண்டுகளாக எழுதிய கவிதைகளில், நட்சத்திரம் எண்ணுவது போல.... அள்ளி இரைந்த வானத்தில்... கருந்துளை கண்டால் போல.... காதலாராவின் இந்த 'கெணத்து வெயிலு' கவிதை நூல். தலைப்பே *safer zone* தவத்தை உடைக்கிறது. இலக்கணத்தை விட இக்கணம்தான் கவிதைக்குத் தேவை. அது எக்கணத்திலும் கண்டெடுக்கலாம், காதலாராவின் வரிகளில். ஓர் இருண்மை பூசிய நிலவொளி காதலாராவின் சொற்களில் அலைந்துகொண்டே இருக்கிறது. கண்டெடுத்தவன் கூறுகிறேன்.

இந்தக் கவிதை நூலில் இரண்டு பிரிவுகள்.

ஒன்று, 'கொம்பு முளைச்ச கொரங்கு' – இன்னொன்று, 'எட்டாம் கிரக எதிரொலி'.

கதவு சாத்தியும் திறந்துகொள்ளும் மனதுக்குள், காதலாராவின் தலைப்பே காத்தாடி சுத்தவைக்கிறது. காற்று நுழையாத இடத்திலும் மரணம் உண்டு. காதல் நுழையாத இடத்திலும் மரணம் உண்டு. இரண்டின் சாட்சியாக காதலாரா இருக்கிறான். கிட்டத்தட்ட 80 கவிதைகள். 80ம்... அவன் வாழ்விலிருந்து எடுத்துவந்த வெயிலும் குயிலும்தான்.

கவிதைகள் சமூகம் சார்ந்தும்... காதல் சார்ந்தும் சீரான இடைவெளியில் பயணிக்கின்றன. காதலாராவின் பல கவிதைகளில் சொற்கள் வழக்க நடை பூசியிருந்தாலும்... சொல்கையில் வழக்கு நடை பூசி இருக்கிறது. அதுதான், அந்தக் கவிதைகளை நடப்பதிலிருந்து பறக்கச் செய்கிறது. எப்படிப் பேசுவோமோ அப்படி எழுதியிருக்கிறான். எப்படி எழுதியிருக்கிறதோ அப்படியே படித்துக்கொள்ள வேண்டும்.

காதலாரா தலைமுறைக் கவிஞர்களில், வழக்கு மொழிக் கவிதைகள் மிகச் சிலரே எழுதுகிறார்கள் என்று நினைக்கிறேன். அதில் காதலாராவின் இடம், பேனாவுல 'ஒழக்க புடிச்சு கவிதைய தனிச்சு குத்துது...'

'நெனப்போட நிப்பவ' என்றொரு கவிதை. வீட்டில் ஒரு மூத்தவளைப் பத்திதான் கவிதை. அதுல ஒரு பத்தி.

'உடும்புச் சிரிப்பு காத்தோட கலக்க
அடுப்பும் நெருப்பும்
சோத்தோட மணக்கும்.'

படக்குனு எனக்கு என் பாட்டி நினைப்பு வந்துருச்சு.

கிராமத்துப் பாட்டி... கிராமத்து அம்மா... கிராமத்து அக்கான்னு எல்லா கிராமத்துக்காரிக்குள்ளும் ஒரு சொல்லொணா காடும், ஒரு சொல்லுபட்ட மரமும் எப்பவும் யாருக்கும் தெரியாம தவிச்சுக்கிட்டே இருக்கும். சுமைதாங்கியின் சொரூபம் அப்படி. அதை உணரமுடிந்தது.

'மஞ்ஜா... சோகய... ஊனாங்கொடி... குளுத்தி... .கயினி... சிமிர்...' இப்படி நிறைய சொற்கள்... நவீனவாசிகளுக்கு புதிதாக இருக்கும். அவை பழையவை என்பதுதான் காதலாராவின் கவிதைகள் மீட்டெடுக்கும் சொல் ராகங்கள். புதியவர்கள் வரலாம். பழையவை கைவிடப்படக் கூடாது.

'பாறாங்கல்லு பக்கத்துல
ஊராங்கண்ணு தின்னத் தின்ன
ஒளிஞ்சு நின்னு கட்டிக்கிட்ட
நேரா சொல்ல வெக்கப்பட்டு
எங்கப்பன்கிட்ட சொல்லிவிட்ட'

ராகமா பாடினா இளையராஜா பாட்டு வந்துரும். படமா பாத்தா பாரதிராஜா காட்சி வந்துரும். படிக்கும்போதே காதோரம் ஊர் காத்து கிசுகிசுக்கும். படிச்சு முடிச்சப்பறம் படக்குன்னு மனசுக்குள்ள ரெண்டு துளி கண்ணீர் பிசுபிசுக்கும்.

'கரு நெறங்காட்டி சாதி பிரிச்சு
கழுத்தை வெட்டி என்னை எரிச்சாலும்
உன் புள்ள சாகமாட்டான்னு
உங்கப்பகிட்டன் சொல்லிப்புட்டேன்'

காதலின் தீர்க்கத்தை வேறெப்படிச் சொல்ல. காதலுக்கு முன்னால் சாதியெல்லாம் ஒரு மயிரும் இல்லை. வரி சொல்லுதே. வரி வரியாய் தமிழ் அள்ளுதே.

காதலின் தீபம் கிராமத்து குறுக்குச் சந்தில்... நிலவொளியில் கொட்டும். அவனும் அவளும் ஓராள் நடக்கும் சந்தில் எதிர் எதிர்

நிற்க படக்கென திறக்கும் பொது ஜன்னலில்... காதலாராவின் கவிதை ஒலிக்கும். அப்படித்தான் கற்பனை விரிகிறது.

எல்லா உறவும் கவிதையில் வருகிறது. எல்லா உண்மையும் கவிதையாக வருகிறது.

'அம்மா... அண்ணி... அத்தை... சித்தி... மாமன் பொண்ணுதேன்னு... இப்படி எல்லாருக்கும் ஒரு நாளாவது.... தான் சமைச்சுத் தந்து... அவங்க எல்லாரும் திண்ணையில உக்காந்து வளையல் குலுங்கச் சிரிப்பதை மனம்குளிர காணவேண்டும்' என்ற காதலாராவின் கவிதையை, கவிதை என்றுகூட நான் சுருக்க விரும்பவில்லை. அது காலத்தின் சாட்சி. உறவுகளுக்கு ஒரு மனிதன் தரும் மரியாதை. காலமெல்லாம் தனக்கு ஆக்கிக் கொட்டிய மனுசிகளுக்கு ஒரு நாளாவது திரும்பச் செய்யவேண்டும் என்ற பரிதவிப்பு. அதில் ஒரு மென்சோகம் இருப்பதை உறவுகளற்றவர்கள் புரிந்துகொள்வார்கள். அதில் ஒரு மென்கீதம் இருப்பதை உறவிருந்தும் அற்றவர்கள் புரிந்துகொள்வார்கள்.

'பெத்தவள பெத்தவ'ன்னு ஒரு கவிதை.

இங்கிருந்துதான் இந்த நூலுக்குத் தலைப்பு வந்திருக்கும் என்று நினைக்கிறேன். வயசான அம்மாவோட தனித்த முதுமையின் வலி. அது இந்த வாழ்வின் இயல்பிலிருந்து தப்பித்துக்கொள்ள தற்கொலை செய்ய சாலைக்கு நடுவே செல்கிறது. அதற்குமுன் கரையான் அரித்த கட்டில் பற்றியும்... உடைந்த கையைக் கொண்டு தூக்கிட்டு தன்னைக் கொல்ல முடியாமை பற்றியும்... குளிக்கவைக்க வாரம் ஒருமுறை மகள் வரவேண்டும் என்பது பற்றியும்... அப்படியே ஒரு கடைக்கோடி கிராமத்தின் தனித்த முதுமனுசியைக் கொண்டுவந்து காட்டி. 'ஓ'வென ஒப்பாரி வைக்கும் காதலாராவை நான் நடுக்கத்தோடு காண்கிறேன். அவன் கண்ட அந்த பெத்தவளின் நடுக்கம் அவனையும் தாண்டி என்னைத் தொற்றிக்கொள்கிறது.

'எரியாத விறவு' என்ற கவிதையில், கடைசிப் பத்தி இப்படி முடியும்.

'வூட்டுல விறவில்லனா
வூட்டையே விறவாக்குற
வூட்ட எரிச்சு முடிச்சா
எந்த வவுறு பசிக்கும்.'

இதற்குள் ஒரு காட்சி பரிமாணம் இருக்கிறதல்லவா. அங்கே ஒரு கூன்கிழவி அடுப்பூதிக் கொண்டிருக்கும் ஓவியத்தைக் காண்கிறேன். பசிக்கும்... குடிசைக்கும்... விறவுக்கும்... வெயிலுக்கும் இடையே அல்லாடும் சொற்களில்... ஒரு காணாந்தேசத்து

வாழ்வியலைக் காண்கிறேன். அங்கே ஒருநேரச் சோற்றுக்கு சாவும் வயிறு பற்றி எரிந்துகொண்டேயிருப்பதை செத்துப்போவது மூலம் நிறுத்திக்கொள்வதான இயலாமையை காதலாராவின் மொழி வயிறெரிந்து சொல்கிறது.

காதலாராவின் கவிதைகளில் வாழ்வியலின் ஒருவித துன்ப நடுக்கம் இருந்துகொண்டே இருக்கிறது. அது தீரவேமுடியாத சோகத்தை சுமந்தபடி விறகு தூக்கிச் செல்லும் நடுமதிய முதுகு வியர்வையாய் யாருமறியாமல் ஒழுகிக்கொண்டே இருக்கிறது.

கருவறுக்கும் சாதி... கழுத்தறுக்கும் சாமி... என்று கிடைக்கும் இடத்திலெல்லாம் மூடர்களை எட்டி உதைக்கும் காதலாராவின் கவிதைகள், சத்தமிட்டு குரல் அதிரப் படிக்கவேண்டிய கால சாட்சிகள். காற்றின் மொழிக்கு கதவு தாலாட்டும் ஒற்றை உள்வெளிக்கு ஒவ்வொருமுறையும் தவிக்கிறோம். வேறு வழியில்லை. வேர்தான் வரியில்.

தங்கை பற்றி ஒரு கவிதையில்...

'பானை நீரில் வளர்க்க ஏரி மீனை எடுக்கிறாள்' என்றொரு வரி. அப்படியே நின்று தானாக புன்னகைத்து ஹாஃ... சொல்லிக்கொண்டேன். தங்கையின் குறும்பு பற்றி விரியும் கவிதையில்... அண்ணனின் அன்பும் அங்கே நிறைகிறது.

எல்லாமே தினமும் புழங்கும் பொருட்கள்தான். காதலாராவின் கவிதைகளில் எல்லாமே தினமும் புழங்கும் சொற்கள்தான். வரமொளகாய கவிதைக்குள் கொட்டி இனிப்பாக்கும் வல்லமை வாய்த்திருக்கிறது. வடகத்தை கூரையில் வைத்து காகம் ரசிக்கத் தெரிந்திருக்கிறது. ஏரியை மீட்டெடுக்க கருவேல மரங்களின் வேரென காத்திருக்கும் காதலாராவுக்குள் ஒரு கறுத்த கிராமம் எப்போதும் கவிழ்ந்தேயிருக்கிறது. அதைக் கோழி மூடும் பஞ்சாரம்போல தன் இதயத்துள் போட்டு மூடி வைத்திருக்கிறான். ஈரம் கசியும் அற்புதம் தொடர்கிறது.

ஒரு கவிதையில், 'வவுறு கத்துனா கவித கருகுது'ன்னு ஒரு வரி.

ஆமா... வயிறு காய்ந்தபோது கவிதை என்ன செய்யும். கவிதை காய்ந்தபோது வயிறுதான் என்ன செய்யும். கர கரன்னு கண்ணீர்விட வைக்கும். அன்பும் ஆதரவும்... கிடைக்காத ஒரு தூரத்து மனுஷனின் வலி நிறைந்த நினைவுகள் என்றுகூடச் சொல்லலாம். காதலின்பொருட்டு தனித்து வந்தவளின் அழுகையில் காலத்துக்குமான சங்கடம் சங்கில் ஊற்றப்படுகிறது. ஒரு தனித்த தாயின் புலம்பலில் சாவு வயிற்றுக்குள் இருக்கும் கருவோடு பேசுகிறது. சாவை மிஞ்சிய போராட்டம்தான் இந்த வாழ்வென்று

கவிதை முடிகையில்.... நாம் வாழ்வை வேறுகோணத்தில் தொடர்கிறோம்.

ஒரு கவிதையில், 'எட்டு மூட்டப்பூச்சி... அவன் காலு கைய கடிச்சும் முழிக்கல'ன்னு ஒரு வரி. மூட்டைப்பூச்சியெல்லாம் நகரவாசிகளுக்கு அத்தனை பழக்கமிருக்காது. அது கொத்துக் கொத்தாய் ரத்தம் உரியும் சிற்றுயிர். அதன் உடலே ஒரு வயிறுதான். அதன் வயிற்றுக்குள் கத்தை கத்தையாய் கிராமத்து தனித்த வீட்டின் கதை இருக்கிறது.

கடைசியா, அத்தன அக்கிரமம் பண்ணுற புருஷனையும் எழுப்பி, 'இந்தா மனுசா ஒரு வா சோத்தை தின்னுட்டு படுன்னு' சொல்ற பொஞ்சாதி மனசு. பொசுக்குன்னு கண்ணு கலங்கி மறுக்கா படிக்கிறேன்.

'வறண்ட வயிறு' என்றொரு கவிதையில்... ஒரு பத்தி வயிற்றை சுரண்டும் சத்தத்தோடு கத்துகிறது.

'சாணி கொட்டுன எடத்த
சோறு போட்ட நெலத்த
கூறு போட்டு விக்கிறதுக்கு
கொஞ்சங்கூட தெம்புயில்ல.'

வயிறு அரைச்சாண்தான். அதுக்குத்தான இந்த மொத்த உலகமும் சுத்துது. சோறு போட்ட நிலத்தை விக்கிறதெல்லாம் தாராளமய, உலகமயமாக்கல்... அப்பிடி இப்பிடின்னு என்னவேணாலும் சொல்லிக்கலாம். ஆனா அதுக்குப் பேர், உழுதுண்டு வாழ்வோரின் வயிற்றில் அடிப்பது.

'நம்ம பசங்க' கவிதையில், பழைய நண்பர்கள் பட்டியலில் நகைச்சுவை நளினம். ஃபோனில் சிரிக்கும் 'செல்வா பேபி' சிரிப்பு நாட்டியம். திரும்ப நிரம்ப படிக்கவைக்கும் வாழ்வியல் கவிதை.

'நெஞ்சில் நித்தம் நான் சிரித்து
கற்பில் நகர்ந்து நாமும் நடமாட
சென்னை பக்கம் வாங்கடா
உங்க அன்பை கொஞ்சம் தாங்கடா...'

நண்பர்கள் இல்லாமல் வாழ்வின் நுட்பம் ஏது. நட்புக்கு இல்லாத கவிதைப் பக்கம் ஏது.

'அப்பனும் மவனும்' பேசிக்கொள்ளும் மண் வாசனை... 'மேகம் கருக்குது மழை வரப் பாக்குது... வீசி அடிக்குது காத்து'' என்று சிரித்துக்கொண்டே முனகலாம். மண்வாசனை எழுத்தில்

இருக்கிறது. மண் வாசனைதான் எழுத்தாய் இருக்கிறது.

'கல்லு செலை சாமிகூட கட் அவுட்டுக்கு மாறிடுச்சு...' தீப் பற்றி எரியும் வரிகளில்... அநீதி அழிக்கும் காட்டுத்தீ கண்டிப்பாக - நம்புவோம்.

'கழுத்தறுத்து கதைகளில் சாதி வென்றதென
ஊதிக்கொள்கிறது மீதிப் பிணங்கள்'

காதலுக்கு கழுத்தறுப்பவனை பிணம் என்றுதானே சொல்லவேண்டும். சாதி வென்றுவிட வேண்டுமென துடிக்கும் மாக்களிடமிருந்து காதலையும் காப்பாற்ற வேண்டும். காதலிப்போரையும் காப்பாற்ற வேண்டும்.

பெரும்பாலான கவிதைகளில் வாழ்வும் சாவும் ஒன்றை ஒன்று மீறிக்கொண்டேயிருப்பதை கவனிக்கிறேன். ஒன்றிலிருந்து ஒன்று முளைக்கும் ஒன்றென அது ஒன்றோடு ஒன்றாக ஓடிக்கொண்டே இருக்கிறது. கடவுளை பகடி செய்யும் நியாயம் காதலாரா கவிதைகளில் காணலாம். காதலை நியாயம் செய்யும் அன்பு காதலாரா வாழ்வில் காணலாம். காதலாராவின் மொழி சாமானிய மொழி. ஆனால் சமரசம் அல்லாத மொழி.

"பிண்டத்திற்கு பிச்சையிட வேலை உண்டா உன்னிடம்" என்று காதலாரா கேட்பது பயங்கர நுட்பத்தோடு கேட்கிறது. செவி இருந்தும் கேட்கும் திறனற்ற முதலாளித்துவம்... என்ன பதில் வைத்திருக்கிறதோ...!

'உருமாற்றம்' என்ற கவிதை, இப்படி முடிகிறது.

'வயிறு எரிய எழுதி
கயிறு முறிய வீழும் என் பிண்டத்தின் பிம்பம்
சாத்தான் சாயலில் திமிறி எழும்'

வேறுவழி இல்லாதபோது உருமாற்றம் நிகழ்ந்தே தீரும். நாம் என்ன ஆயுதம் எடுக்கவேண்டும் எதிரிகளே தீர்மானிக்கிறார்கள்... என்பதுபோல.

காதலின் குகையை அவளிடம் காண்பதாக இரண்டாம் பகுதியில் ஒரு கவிதை. மனதுள் நுழைந்த வரைகலை பிறகும் அசைபோடும் மூளை. பெரும்பாலும் இரண்டாம் பகுதி கவிதைகளில் மனம்சார்ந்த ஆழமான ஊடுருவல்சார்ந்த வரிகளைக் காணமுடிகிறது. படிம நிலைக்குள் நிகழும் வண்ணப் பிறழ்வுகளை தெளித்த காதலாராவின் கவிதை உலகம் உள்சார்ந்த அடுக்குகளால் நிறைந்தவை. நுனிப்புல் மேய்வோரை முதல் வரியே எட்டி

உதைத்துவிடும். சில கவிதைகளில் கடைசி வரியில் கவிதை செய்யும் வித்தை இருக்கிறது. ஒவ்வொரு தலைப்பும் மிக நுட்பமாக கையாளப்பட்டிருக்கிறது. முதல் புத்தகம் என்றபோதும்... முக்தி வரிகளைக் காணமுடிகிறது.

'வளையல் உடைத்து கவிதை செய்கிறாய்
வலையில் அடைந்து தரையை நெய்கிறேன்'

ஒரு சோற்றுப் பதம் இந்தக் காதல் வரி. வரிக்கு வரி காதலும் உண்டு. வரிவரியாய் காதலே உண்டு. ஆன்ம தொடுதல் என்பது காதலாராவின் வரிகளில் அடிக்கடி நிகழ்கிறது. நாம் செய்யவேண்டியதெல்லாம்... பரிசுத்தக் கண்களோடு வரிவரியாய் வாழ்ந்து பார்ப்பது மட்டும்தான். காதலாராவின் மொழி தனித்து இயங்குகிறது. வழக்கு மொழி என்றாலும் அதிலும் ஒரு தனித்தன்மை. காதல் மொழி என்றாலும் அதிலும் ஒரு தனித்தன்மை. வெற்றுப் புகழ்ச்சிக்கு இங்கே ஒரு சொல்லும் இல்லை. வெயில் சுடும் வரிகளும்... வேதம் விடும் துளிர்களும்தான் நூல் முழுக்க.

"போர்முனை காதலென்பது வெறும் மனிதம் அல்ல..." என்று புத்தகத்தை முடிக்கும் காதலாராவுக்குத் தெரிந்திருக்கிறது... காதல் அதையும் தாண்டி சிந்தனை சார்ந்ததென்று.

'கெணத்து வெயிலு' என்பது, பேரன்பு தராத... பிரியங்கள் இல்லாத... நீர் இல்லாத அந்த வட்டத்தில் இருந்துதான்.

'கெணத்து வெயிலு' என்பது, சுயலாபம் சூழ வாழும் இந்த வாழ்வின் பகட்டிலிருந்துதான்.

'கெணத்து வெயிலு' என்பது, அன்பென்னும் அரூபத்துக்கு உன் உடல் கொடுத்து, உயிர் கொடுத்து, நீயாக உனக்கே அடையாளம் காட்டிக்கொள் என்பதுதான்.

'கெணத்து வெயிலு' என்பது, இந்த நூலின்வாயிலாக இன்னமும் அந்த மண்ணின் சூடு வாழ்வதென்பதுதான்...!

வாழ்த்துரை

சென்னிமலை தண்டபாணி

இந்த
இளைய விரல்கள்
இசைக்கும்
கவிதை வீணையில்
பூந்தென்றலும்
புறப்பட்டு வருகிறது
புயலும் பிறக்கிறது.
வசீகரச் சொற்களின்
வளர்பிறைக் கவிஞர்
பவுர்ணமியாகப்
பரிணமிப்பார்
என்பதற்கு
இந்தக்
கவிதைத் தொகுப்பே
கட்டியம் கூறுகிறது.
மக்களின் மொழியில்
மலர்ந்த கவிதைகள்
திக்குகளில் எல்லாம்
தீப்பற்ற வைக்கும்.
குறுக்கும் நெடுக்குமாய்
வாழ்வை
அளந்து பார்க்கும்
அற்புதக் கவிதைகளை
வாசிக்கும் எவரும்
சிந்தனைச் சிறகுகள்
விரித்துச்
சிகரங்களைக் கடக்கலாம்.
இயல்பாய் மலர்ந்த
இந்தக் கவிதைகள்

வியப்பில்
நம் விழிகளை
விரிய வைக்கின்றன.
இளைய பறவையே!
பாடு நீ... பாடு...
பரந்த வானம்
காதலாரா பாடல்களைக் கேட்க
செவிகள் திறந்து
காத்திருக்கிறது.
பாடு... நீ... பாடு...

என்னுரை

காதலாரா

எழுதுவது மட்டுமின்றி தொடர்ந்து படிப்பது, மாறுபட்ட கோணங்களில் படிப்பது, ஒதுக்கப்பட்டதைப் படிப்பது, மிகச்சரியான விமர்சனத்தை ஏற்று அதிலிருந்து கற்றுக்கொள்வது, காலத்தோடு பயணிப்பது, சத்தமில்லாமல் மௌனத்தைப்போல் காலத்தை நிறுத்தி விவாதிப்பது, கிராமத்தின் பசுமையை மட்டும் பற்றிக்கொள்ளாமல் பட்டினியோடு ஒட்டி நிற்பது, நகரத்தின் நாகரிகத்தில் நின்றுவிடாமல் சாக்கடை சாவுகளை சகிக்காது அழுவது, எத்தனை பட்டம் பெற்றும் ஆழ்ந்த ஞானம் பெற்றும் அடுத்த உயிரைத் தாழ்த்தி தனக்குக்கீழ் வைக்கும் வீர மானுடக் கரங்களை விரிக்கச் சொல்லி காறி உமிழும் என் நாக்கின் நடுப்பக்க நிழலில் நாடற்று நானே புரள்வது, குட்டிப் பிசாசுகளை குளத்தில் வீசிவிடாமல் கூடவே வாழவைப்பது, வெறும் சோற்றில் கடலை எண்ணெய் ஊற்றி மிளகாய்த்தூள் சேர்த்து பிசைந்து உண்ட விரல் திருப்பும் தாள்களில் திருப்பம் ஏற்பட உழைப்பது, காதல் நெஞ்சத்தில் பேரன்பை மீட்டினாலும் வாழும் அறத்தில் பொருள் ஈட்ட கற்பது, முழுக்கை சுடிதாரோ, சிவப்பு தாவணியோ, பூக்கள் படர்ந்த புடவையோ எதை உடுத்தி வரினும், காதல் நெய்துவரும் அவளை கட்டாந்தரையில் உக்காரவைத்தே அன்பை ஊட்டுவது, எல்லாவற்றிக்கும் மேலாக ஊரில் ஒரு உயிர் பிரியும் சாவில் கத்தி அழுவதோடு புத்தி நிற்காமல், செத்துப்போவதே நிஜம் என்பதை வருடம் பலமுறை பட்டுப்பட்டு தெளியும்பொழுது சற்றுநேரம் கழித்து அந்த உணர்வும் செத்துப்போகிறது. அதோடு நிற்காமல், அந்த நேரமும் செத்துப்போகிறது. இதுபோன்ற பல நிகழ்வுகளைக் கடக்கையில், கடக்கமுடியாது நின்ற நிமிடங்களை சற்று நிறுத்தி அதில் வாழ்ந்து இந்தப் புத்தகத்தில் எழுதியுள்ளேன்.

ஏறக்குறைய, புத்தகம் போட நினைத்து ஏழு வருடங்கள் கடந்தபின் இந்தப் புத்தகம் முதல் புத்தகமாய் வந்துள்ளது. 2013ஆம் ஆண்டு, சென்னையில் வேலை செய்யும்பொழுது ஒரு முழுப் புத்தகத்திற்குத் தேவையான கவிதைகளோடு புத்தகம் போட அலைந்தேன். முட்டி மோதி முடியவில்லை. இரண்டு ஆண்டுகளுக்குப்பின் மீண்டும் புத்தகம் போட நினைத்து புதிய கவிதைகளைத் தொகுத்துவைத்துச் சுற்றினேன். முழுப் புத்தகம் தயாராகி புத்தகத்தை அச்சிட பணம் இல்லாமல் நின்றுபோனது. நாம் படிக்கும் அத்தனை புத்தகமும் பணம் இல்லாமல் உருவாக்க இயலாது என்பது அப்போதுதான் புரிந்தது. அதுமட்டுமின்றி, பணமில்லாமல் உருவாக்க முடியாதுபோன பல படைப்புகள் எங்கோ ஒரு மூலையில் கிடப்பில் இருக்கலாம்.

இதுவரை எழுதிய 620 கவிதைகளிலிருந்து ஒவ்வொன்றாகப் பிரித்து நீக்கி ஏறக்குறைய 80 கவிதைகளை மட்டும் தொகுத்து, இவை மட்டும் போதும் வாசகரை வம்பிழுக்க வேண்டாம் என ஒரு படிமம்போல இந்தப் புத்தகத்தைச் சுருக்கிவிட்டேன். நிச்சயம் உங்களுக்குப் பாரமாகவோ, கோரமாகவோ இருக்காது என முழுமையாக நம்புகிறேன்.

கடந்தசிலவருடங்களாக இணையம்மூலம் நண்பர்களாகிய பல தோழர்கள்மூலம் பல அனுபவங்கள் கிடைத்தன. மிக முக்கியமாக அடையாளப்படுத்திய அகன் அய்யா, எப்போதும் எழுத்தில் யுத்தம் செய்யும் அண்ணன் கவிஜி, மாய விரல் நீட்டி சமூகநீதி பேசும் தோழன் கோபி சேகுவேரா, நினைக்கும்போதெல்லாம் திகைக்கவைக்கும் பேரன்பிற்குரிய அமர், இன்னும் பலருக்கு என்னுடைய சிறுவயது கொய்யா மரத்தின் பழங்களைப் பரிசளிக்கிறேன். புத்தகத்திலுள்ள ஒவ்வொரு வரிக்கும் என் நன்றி.

எனது, 'கெணத்து வெயிலு' புத்தகத்தை வெளியிடும் மற்றும் தமிழ் எழுத்தாளர்களை இணையம்மூலம் இணைக்கும் படைப்புக் குழுமத்திற்கும், தோழர் ஜின்னா அவர்களுக்கும் என் நன்றி.

நான் பிறந்த மாவட்டத்துக்கே ஒகேனக்கல் அருவி அடையாளம். ஆனால் அங்குள்ள அத்தனை ஊரிலும் வறண்ட வாய்பிளந்த கிணறுதான். ஊத்து செத்துப்போன கிணறுகளோடு வாழ்ந்து மடியும் என் ஊரைப் போன்ற பல கிராமங்கள் உலகெங்கும் பரவிக் கிடக்கின்றன. அங்கே ஏழை, வாழ்வெல்லாம் எம்பி எம்பி எழுகிறான். எழுபவனை எட்டி உதைத்து உடல் அறுக்கும் அதிகாரம் ஏராளம். சக மனிதனிடம் மட்டுமல்ல; சக உயிர்களிடத்திலும் பேரன்பு வேண்டும். மனிதனுக்கு மட்டுமே ஆறறிவு என்பதே அதிகாரத்தின் அடையாளம். பெருசு, சிறுசு, பெருமை, தூய்மை, புனிதம் என்பதெல்லாம் பூமிச் சுவற்றுக்குள் சுற்றித் திரிகையில் வெளி எப்போதும் மவுனத்தோடு மீயொலியாய் கத்துகிறது.

இப்படி பெரும் சத்தத்தோடு எனைப் பெற்று வளர்த்து, 'நாலு பேருக்கு நல்லது பண்ணாம செத்துறக்கூடாதுன்னு' சொல்லிட்டே கிடக்கும் எங்கம்மா காளியம்மாவுக்கும், எத்தனையோ தையல்கள் உடலில் கிடந்தாலும் 'ஒழைக்காத ஒடம்பு என்ன எழவுக்கு இந்த ஒலகத்துல' என, தண்ணி இல்லன்னாலும் தட்டு வெதச்சி பொழைக்கச் சொல்லும் எங்கப்பன் கிருஷ்ணனுக்கும் இந்தப் புத்தகம், அதே மகனாய் அப்படியே கரிச்சட்டி போல ஒட்டிநிற்கும்.

காதலாரா

கெட்டுப்பட்டி, தருமபுரி

✉ kaathalaaraa@gmail.com

கொம்பு மொளச்ச கொரங்கு

1. சாமி ஊரு
2. நெனப்போட நிப்பவ
3. ஜட புடிச்ச கொட மழையோட
4. வளையல்
5. பெத்தவள பெத்தவ
6. எரியாத வெறவு
7. செவப்புக் கதவு
8. உயிரின் உயர் உறவு
9. சனிக்கெழம சாயந்தரம்
10. மழையென்பது
11. கருவாட்டுக் கெழங்கு
12. முள்வேலி முகங்கள்
13. பால்டாயில்
14. மனுச பொறப்பா
15. சோறு டேசா
16. வறண்ட வயிறு
17. வெட்டத் துணிஞ்சா
18. தலைக்கு வச்சி தட்டி ரசி
19. நம்ம பசங்க
20. அப்பனும் மவனும்
21. எங்க ஊரு கலையரசன்
22. எங்கு போய்த் தொலைக்க
23. கை விழுங்கும் வாய்கள்
24. சிகர கலைகளின் புருவமாய்
25. கரகமேந்திய கரங்களில்
26. கரையான்
27. முரண்பாட்டு முகங்கள்
28. வரலாற்று வர்ணங்கள்
29. ஆழ்மனதின் அன்னையே
30. காயங்கள்
31. பித்தர்களின் பிதற்றல்
32. நிழலின் சதைகள்
33. அலுவலக அதிர்வுகள்
34. மரண விளம்பரம்
35. உயிரின் தாகம்
36. புரட்சி மனிதன்
37. கருப்பு காக்கி
38. உச்சம்
39. உருவம்
40. விதை
41. ஊரு பேரு - ஆறு
42. தீரா நொடி
43. உடைத்தெழு
44. நிழல் மங்கை
45. நானற்ற நாழிகை
46. மிதக்கும் ஜன்னல்
47. வனம் வரைந்த கதவுகள்
48. மரணம் உதறிய உயிர்
49. கற்பனை எங்கே
50. உறுமி எழும் உயிர்
51. மடி
52. உரு மாற்றம்

எட்டாம் கிரக எதிரொலி

1. குகை ஒலி
2. சுழலலைத் திரிதல்
3. ஆதியின் கூடுகள்
4. தரை நிறத் திரை
5. வரிக்குள்
6. முட்டும் முறை நிலை
7. உயிரும் உதற
8. உதடு தர்க்கம்
9. நெளியும் நிழல்
10. உறக்கத் தழும்பு
11. இரகசியம்
12. உன் கலை
13. மீட்கத் தவறிய மீதங்கள்
14. அசையும் அகம்
15. அறுபது நொடி
16. ஆசை முகம்
17. தாகம்
18. கடைவிழி
19. குற்றமே
20. மதியொளி
21. தேடல்
22. எப்போது
23. வாசத்தில் வசி
24. புடவை உயிர்
25. மெட்டெடுப்பேன்
26. பறவை
27. நடுக்கம்
28. பூட்டிய புருவங்கள்
29. வனத்தின் நிலா
30. முன்ஜென்ம முத்தம்
31. காதலென்பது

கொம்பு மொளச்ச கொரங்கு

1. சாமி ஊரு

சனிக்கிப் புடிச்ச கைக்கு
எளநிய புடுங்குனா மருந்து.
வெந்து தொங்குற கொடலுக்கு
சாராய பாட்டிலே விருந்து.

சாராயத்துல ஊறாத சாதி
சாணு உடம்புல நாறுது.
சனியத்த கக்கித் துப்பிட்டு
படிக்க வைடா புள்ளைய

சேத்தோட நாத்து சேந்துட்டா
ஊத்தே செத்தாலும் வாழும்.
பனிக் காத்துக்கு பயந்தா
பல்லக் கடிச்சே சாகணும்.

எரம சாணியை ஓரமா
கொட்டி வச்சாலும் ஒரம்.
எந்த சாமியை தேர்ல
ஏத்தி வச்சாலும் பொணம்.

எவன் புள்ள படிச்சாலும்
கள்ளுக்கடையே வைச்சாலும்
ஒழுக்க மயிர பழகிட்டா
ஒலக உசுர விக்காது.

ரு

2. நெனப்போட நீப்பவ

ஒழக்க புடிச்சி
நெல்ல பிரிச்சவ
கணக்கா வடிச்சி
புள்ள வளத்தவ

புளி நசுக்கி
பொடவ வாங்கி
பேத்திக்குப் போத்தி
ஒறவக் காத்தவ

வெத்தல துப்பிய
வேக்காட்டு தடத்துல
கதையா கொட்டும்
தொணையா நடந்தவ

கரும்புச் சோக
குடுசைக்குத் தோக
நிலா வந்து போக
கூர குட்டி வானமாக

உடும்பு சிரிப்பு
காத்தோட கலக்க
அடுப்பு நெருப்பும்
சோத்தோட மணக்கும்

நெத்தி சாம்பல
சொத்தா நெனச்சவள
பெத்த ஆம்பள எவனும்
செத்தும் விரும்புல.

ஜ

3. ஜட புடிச்ச கொட மழையோட

நேத்துப் பின்னுன ஓல தடுக்குல
பூத்து நின்னு ஆள சாய்க்குற
நெத்தி நடுங்குற ஊசக் காத்துல
புத்தி கெடுத்து மீச முறுக்குற

களிக்காம்பு நுனிக் கீறி - நீ
சமைச்ச கருவாடு ருசியேறும்
நம்மூரு ஏரிக்கர பசியாற - நீ
படிச்ச மொதப் பாட்டு சுதி கூடும்

கரும்பு தோட்டப் பூ குத்தி - உன்
கண்ணு ரெண்டும் செவப்பாக
ஒதடு ஊதுன நிமிசம் கத்தி
ஒடம்பு வேர்க்குது நெருப்பாக

செவுத்துல எழுதுன கவிதைக்கு
முட்டி மோதி மொத முத்தமிட்ட
புங்க மர நெழலுக்குள்ள - நீ
என்ன விட்டு நின்னதில்ல

மஞ்ஜா வெட்டுன மறு நாலு
கொப்பர அடுப்புல என் காலு
நீ பேசுற நாக்குல சாமி வேலு
காதல விட்டா இதுக்கென்ன பேரு

ஓடை ஓரம் நீ ஓட ஓட
ஊத்து ஒடஞ்சி வேகமாக
மந்த ஆறும் கடலென மாற
மொத்த ஊரும் உன் பேராக

காது மொளச்ச காலடித் தடத்துல
முள்ளு முத்தம் ஏதடி நெஜத்துல
கனவு குதிச்ச நூறடி கெணத்துல
ஆச குளிப்பத எதுக்கடி தடுக்குற

ஜட புடிச்ச கொட மழையோட
கைக் கோத்து நட நீ கடலாக
விலா ஒடியும் வர... வா விளையாட
நிலா முட்டும் மின்மினி தவமாக

பாறாங் கல்லு பக்கத்துல
ஊராங் கண்ணு தின்னத் தின்ன
ஒளிஞ்சி நின்னுக் கட்டிக்கிட்ட
நேரா சொல்ல வெட்கப்பட்டு
எங்கப்பன்கிட்ட சொல்லிவிட்ட

கரு நெறங் காட்டி சாதி பிரிச்சி
கழுத்த வெட்டி எனை எரிச்சாலும்
உம் புள்ள சாகமாட்டா...னு
உங்கப்பன்கிட்ட சொல்லிப்புட்டேன்.

ஃ

4. வளையல்

ஒடைஞ்ச செவுத்தோரம்
ஒரு வா சோத்த வடிச்சாலும்
நிறைஞ்ச மனசோட... பல
உசுரக் காக்குற அம்மாவுக்கும்

ஊரு மாறிப் போனாலும்
எவ்ளோ கஷ்டம் வந்தாலும்
சின்னப் புள்ளையா சிரிச்சிட்டு
எனுக்கும் அம்மாவான அண்ணிக்கும்

புருஷனை எழந்தாலும்
தம்பி நெனப்ப பொதச்சிட்டு
அவன் வாசப்படிய மெதிக்காம
தனியா வாழுற அத்தைக்கும்

ஏரி கரைய கடக்கையில
நூறுநாளு வேலை செஞ்சி
தெனம் எண்பதுக்கே தெணரும்
வீட்ட நடத்துற பெரியம்மாவுக்கும்

மிஞ்சி மிஞ்சி கேட்டாலும்
செஞ்சி வச்ச செலையாட்டம்
ஒத்த வார்த்த சொல்லாம
உசுர உறுஞ்சி முறைக்குற
மாமன் பொண்ணு தேனுக்கும்

திட்டித் திட்டி வலிச்சாலும்
கொலுசு கட்டி விட்டமாறி
கொஞ்சிக் கொஞ்சி கொட்டுற
கொழந்த மனசு தங்கச்சிகளுக்கும்

ஒத்த நாளாவது நா சமச்சி
தட்டு நெறைய குவிச்சி வச்சி
மொத்த உசுர உருக வைக்கணும்
திண்ண பூரா வளையலா சிரிக்கணும்.

ஞே

5. பெத்தவள பெத்தவ

ஒருத்தனும் எட்டிப் பாக்காத
குடுசக்குள்ள... ஒண்டியா
ஒடம்ப போத்திட்டு சாவனும்

தடத்துலப் போற
ஒரு ஜனத்தையும் தெரியல

வாசல்ல கெடக்கும்
ஒரலு கெரலு ஒன்னும் தெரியல

அந்த அம்மிக்கல்லுல
அடிக்கடி தடிக்கி உழுந்து
அங்கங்க புண்ணா கெடக்கு

ஒரு வா கஞ்சிக்கு
அவ வூட்டுக்கும்... இவ வூட்டுக்கும்
பட்னியா அலையனும்

ஊன்றதுக்கு கோல மறந்தா
ஒத்த அடி நகர முடியல

வாரத்துக்கு ஒரு வாட்டி
எம்புள்ள... உங்கம்மா வந்துதான்
தண்ணி காயவச்சி ஊத்துவா

வந்தவெல்லாம் சொத்துக்கு
வந்த மாறி... சோத்தப் போடவே
சண்ட போட்டு சாகுறாளுக

கரையான் திண்ண கட்லு
ஒடஞ்சி உழுந்தா
உதவாத உசுரு
ஒரேடியாப் போய்டும்

அந்த மனுஷன்
ஊரு வுட்டு ஊரு போயி
அனாத பொணமா வந்தப்ப
நானும் செத்துருந்தா
எவனுக்கும் கஷ்டமில்ல

ஒரு முழக் கயித்துல
தொங்கித் தொலைய
ஒடஞ்ச கைய வச்சிட்டு
ஒன்னும் பண்ணமுடியல

நாளைக்கி ராத்திரி
நானே போறேன்
நடு ரோட்டுக்கு

பெத்தது கொன்னு
பொணமா போறதவிட
லாரில உழுந்து
நசுங்கி சாவலாம்.

ෘ

6. எரியாத வெறவு

சட்டி கழுவுற
கல்லுல ஏறி
கட்டிக்க வந்தா
சாம்பல மூஞ்சில அப்பி
முட்டிட்டு நிப்ப

திண்ணைய புடிச்சி
திரும்பாம நின்னா
பூனைய முடுக்கி
பொடவயில தூக்குவ

கைய நசுக்குன
கதவக் கழட்டி.
செவுத்துல சாத்தி
பளார்னு கதவ.. அறைவ

பாட்டி வெத்தல
வாய் பூரா கசக்கும்னு
ஒடைஞ்ச சங்கடைல
வெறும் பால ஊட்டுவ

சாக்குப் பையில
சன்னல சாத்தி
பொத்த துணிய
மெத்தயா விரிப்ப

நடு ஜாமத்துல
வரிக்கி ஊட்டி
வாயத் தொடப்ப

காலங்காத்தால
கத்தி தொலயாதன்னு
வர டீ.... வைக்க
வெறவ தொலவுவ

கூர நனைஞ்ச நாள்ல
வூட்டு சோகய உருவி
அடுப்புல எரிச்ச

ம்ம்மா...
வூட்ல வெறவில்லனா
வூட்டையே வெறவாக்குற
வூட்ட எரிச்சி முடிச்சா
எந்த வவுறு பசிக்கும்?

౭

7. செவப்பு கதவு

கெழக்குப் பாத்த கதவுல
சாவியில்லா சங்கிலிய
அறுத்தெடுத்து தொறந்ததும்
மூச்சு முட்ட அதிர்ந்தா

மூடிவச்ச ஜன்னலும்
ஆணி அடிச்ச செவுரும்
கொடுவாளின் கோவத்துல
ரத்தக் கறைய கக்கிச்சி

அவள சொமந்த ஒடலும்
உசுரா நெனச்ச உசுரும்
வெட்டுப்பட்ட காயத்தோட
உசுரு அடங்கி... ரெண்டும்
அடுப்போரம் பொணமாச்சி

எட்டு ஏக்கர் நெலத்துக்கு
பெத்த உசுரையே
வெட்டி வீசிய அண்ணன
திட்டித் திட்டி அழுதா

வழக்குத் தொடுத்தும்
வளையலா ஒடைஞ்சா

தல விரிச்சி
கொல செய்ய
வெல விதிச்சா
அண்ணனவன
அர்த்த ஜாமத்துல
அரிவாளால் வெட்டி

எட்டு ஏக்கர்ல
எங்கோ பொதச்சா.

ஞ

8. உயிரின் உயர் உறவு

ஊனாங் கொடியை
உடல் முழுக்கச் சுற்றியவள்
தொடர்வண்டி பயணமென
தடம் முழுக்க ஓடுகிறாள்

தக்காளிப் பழங்களை
கை நிறையப் பறித்தவள்
விளையாட்டு சமையலுக்கும்
பெரிய தீப்பெட்டி தேடுகிறாள்

நெல்லு கட்டின முடிச்சை
பல்லில் கடித்து இழுத்தவள்
படமெடுக்கும் பாம்பென
பெரண்டைச் செடியை மிதிக்கிறாள்

கொலைகார கொக்கு என
கோபத்தில் திட்டியவள்
பானை நீரில் வளர்க்க
ஏரி மீனை எடுக்கிறாள்

என்னைவிட இளையவள்
வாடா என்றும் அழைத்தவள்
பாரதி மொழியின் முகமவள்
காளியின் மகளாய் நீள்பவள்.

ௐ

9. சனிக்கெழம சாயந்தரம்

நொரம்ப கொட்டுன
கெணத்து மேட்டுல.. நீ
குறும்பா சிரிச்சா
ஊத்து மண்ணு ஒறையுமடி

வெள்ளக்கல்லு காட்டுல
வெறகு சொமந்து... நீ
வேகமா நடந்தா
ஒத்தையடிப் பாத உலகமடி

வழுக்குப்பாற ஓரத்துல
அழுக்குத்துணிய குவிச்சி... நீ
ஆடி அசஞ்சு தொவச்சா
ஆத்து மீனும் மிரளுமடி

நெறிஞ்சிமுள்ளு நெலத்துல
வெசச் செடிய எரிச்சிட்டு.. நீ
நெத்தித் தொடச்சி நின்னா
நெருப்பு செலை தெரியுதடி.

ௐ

10. மழையென்பது

அண்ணனின் ஆடை
நனையக் கூடாதென
அவள் அவசரமாய் ஓடுகிறாள்

குத்தகைக்கு நிலமெடுத்து
கடன் வாங்கிப் பயிரிட்ட
நெல்நாத்து மூழ்காமல்
வரப்பினை வெட்டிவிட
அப்பா மண்வெட்டியோடு விரைகிறார்

கூரைமேல் வைத்த வடவமும்
வாசலில் காயும் வரமிளகாயும்
நமுக்காமல் நாளை நா ருசிக்க
பாட்டி பத்திரப்படுத்துகிறாள் கூரைக்குள்

சுவரோரம் ஒன்டிய கோழியையும்
இறகினுள் பதுங்கிய குஞ்சுகளையும்
நோவு வராம கொக்கரிக்க
பிடித்து அமுக்கினாள் கூடைக்குள்

மரத்தோடு ஒட்டிய ஆட்டையும்
திண்ணைமேல் குதித்த குட்டியையும்
அசராமல் அடைக்கிறான் கொடாப்பிற்குள்

கரையான் ஏறிய விறகையும்
காய்ந்த தென்ன ஓலைகளையும்
காலை சமையலுக்கு
கண்ணீரோடு தேடுகிறாள் அம்மா

என்னை யாரும் கவனிக்கவில்லையென
எதிர்பார்த்துக் கதறிய எருமையை
வற்றிப்போன வரப்பிலிருந்து
குளுத்திக்கு இழுக்கிறார் மாமா

கெணத்து வெயிலு காதலாரா

காலை முதல் கட்டிய சுவரும்
குவியலான கலவையும்
வீணாகி விழுந்திடுமென
தார்ப்பாய் போர்த்தி தடுக்கத் துடிக்கிறார்
மேஸ்திரி அண்ணன்

மூன்று மணிக்கு முன்னரே
வீட்டிற்கு விரைவாய் செல்ல
மணியடித்த பள்ளியிலிருந்து
சில குழந்தைகள்... அந்த
கொய்யா மர உச்சியிலேறி
எட்டி எட்டி தாவுகிறார்கள்
கிளி கொத்திய பழத்திற்கென

இவையெல்லாம் முடிய
எட்டு நிமிடமாகுமென்ற
கணக்கீட்டில்... காலம்காலமாய்
மழை காத்திருப்பதே
கவிழ்ந்த கருவேல மரங்களின்
வேரின்றி வெடித்துப் பிளந்த
ஏரியை எப்படியாவது மீட்க.

ణ

11. கருவாட்டுக் கெழங்கு

மூஞ்ச சொறிஞ்சா
பஞ்சா பறக்குது

எழுத்த தொறந்தா
நஞ்சா மொளைக்குது

நெலம சரிஞ்சி
வெரலு வலிக்குது

வவுறு கத்துனா
கவித கருகுது

புடிச்ச சொக்கா
பொகயில எரியுது

வெடிச்ச மண்ட
சேத்துல குதிக்குது

அடுப்புல கொதிச்சது
ஏரமைக்கு கெட்டது
இடுப்புல முட்னது
ஊறுகா பொழப்பது.

ஞ

12. முள்வேலி முகங்கள்

அமாவாச ராத்திரி
அடிச்ச... ஒல மழையில
அவ பக்கத்துல நாலே பேரு

வீசுன காத்துல
பீனேரி மரமொன்னு
வேரோட விழுந்துபோச்சி

அழிச்ச புள்ள
பொறப்பத நெனச்சி
அவ... நெஞ்ச ஒடிச்சி
நெருப்புல பொதச்சா

தொப்புள் கொடியறுத்தும்
பொறந்த புள்ளைய
தொட்டுக் கொஞ்ச ஆளில்ல

ஆலைக்கிப் போன அப்பனும்
ஊருப் பக்கமே காணல
பீடி புடிக்குற வெரலுக்கு
சாராயச் சொம்பு புதுசில்ல

புது.. கருவாப்பயலுக்கு
காச்சலு கொதிச்சா
தாய்ப்பாலுல துணி நனைச்சி
நெத்தியில பத்துப் போடுவா

அடிக்கடி அழுவுற
அழுக்குப் பய வயித்துக்கு
சக்கரைத் தண்ணி கரச்சி
மொடமொடன்னு குடிக்கவப்பா

காத்துக் கருப்பும்
சுடுகாட்டு நெனப்பும்
அண்டாம வெலகிப் போக
அவ... வசம்ப ஒறச்சி
திஷ்டிப் பொட்டுன்னு
ரெண்டு கன்னத்துல
உலக பொம்ம வரைவா

ஜாதிக்காய ஒடச்சி
மாசிக்காய நசுக்கி
திக்காத பேச்சு வர... பாலோட
தெனமும் ஊட்டி விடுவா

மாசத்துக்கு ஒருவாட்டி
ஒரு சங்கட முழுசா
வெளக்கெண்ணய நெறச்சி
புள்ள வயித்துப்புழுவ
வெளிய வெரட்டிவிடுவா

மொகத்த மறச்ச ஊருல
இவ... புதுசா வெதச்ச வேராட்டம்
அப்போ... அழிக்க நெனச்சத
இப்போ... வளக்க துடிச்சா.

ജ

13. பால்டாயில்

பதினாறத் தாண்டி
பச்ச தாவணியில
பள்ளிக்கோடம் போனவள

பால்டாயிலக் காட்டி மெரட்டுன
பாவி.. அவனுசுரு போகுமேன்னு
அடிமனச எரிச்சவளுக்கு
ஆம்பளப் புத்தி புரியல

பெத்த ஒறவ வுட்டுப்புட்டு
ஓத்தப் புள்ளயா வந்தவ
ரெண்டாந் தரமா வாக்கப்பட
மொத்தப் பொழப்பும் நாசமாச்சி

மூத்தவ... மொறச்சாலும்
கடுப்புல மெதிச்சாலும்
எரியற வெறவுல அடிச்சாலும்.. அவ
வெத்தலைக்கு சுண்ணாம்பாகனும்

கூடப் பொறந்த எவனும்
ஒத்தப் பைசா கொடுக்கல
மெரட்டிக் கட்டுன இவனும்
பொம்பள மனச மதிக்கல

வாந்தியெடுத்த வாரத்துல
நா மாசமான வெறுப்புல
வூட்டவுட்டு தொரத்துனா.. மூத்தவ

பட்டுப்பூசி குடுசயில
தனியாப் பொரண்டு படுத்தாலும்
பட்டுப்போன பொறப்புல
பச்சப்புள்ள எனக்கெதுக்கு?...

மேல கரட்டுல மொளைக்கிற
எருக்கம்பாலை... எட்டு வாரமா
சோத்துல சேத்துத் தின்றேன்.

எம்புள்ள... நீ...
என் வயித்துலேயே
என்னால சாகட்டும்னு.

௭

14. மனுச பொறப்பா

புள்ளத்தாச்சி புள்ளைக்கி
பொடவ வாங்க வக்கில்ல
நாத்தக் கூட நடாதவனுக்கு
கெணத்துக்குள்ளையா காசு மொளைக்கும்

ஆத்தா அதட்டியும்
பழைய நூலுக் கட்டுலுல படுத்தவன்
எந்திரிக்கல... பொழுதினிக்கும்..
எட்டு மூட்டப்பூச்சி... அவன்
காலு கைய கடிச்சும் முழிக்கல

பொம்பள குளிக்க
பொடக்காலிகூட இல்லடா
நாலு தடுக்கப் பின்ன
பச்ச மட்டைக்கா பஞ்சம்

அப்பெங் கொரலுக்கும்
ஆகாவல்லி அசரவே இல்ல
அடத்து மேல போட்ட வெறவா
அவன் ஒடம்பு அம்பூட்டு அழுக்கு

ஆம்பள தூங்கித் தூங்கி
அடுப்புக்கரி அழுகிப் போச்சி
வாசத் தெளிக்கிற
ஒத்தச் சட்டியும் ஒடஞ்சி போச்சி

வெந்த மனச மறைச்சி வச்சி
பொலம்பிக் கெடக்கா
இவம் பொறப்ப நெனச்சி

வூடு பூரா ஒட்டட அடிச்சி
ஊதாங் கொழப்பில ஊதி ஊதி
ஒரு வா சோத்த வடிச்சவ
வயித்த புடிச்சிக்கிட்டே... அவ
புருசன மெதுவா எழுப்புனா

"இந்தா... மனுசா... ரெண்டு
சோத்தத் தின்னுட்டு படுத்துக்க.."

ூ

15. சோறு டேசா

மொகுதூள... மொத்தமா கொட்டி
காஞ்ச வாசல வெள்ளையாக்கி
புள்ளிக் கோலத்த பூவாக்கி
வாசன வருதான்னு
மொவுந்து பாப்பா

செம்மண்ணு செவுத்த
மூலையில புட்டுபுட்டு
செவத்த வாயில
வேகமா போட்டவ
அம்மா பாத்துட்டா
அசையாம துப்புவா

அண்டா தண்ணில
அர்நாகவுரோட எறங்கி
தமட்டம் போட்ட
தண்ணி தெறிச்சி
மூஞ்சில மோதுச்சின்னா
முழுவிட்டேன்னு பயந்துருவா

சாயந்திரம் யானயில தூங்குறப்ப
கூரமேல போற எலியப் பாத்தவ
தரைல தொப்புன்னு குதிச்சி
பாம்பு போச்சுன்னு பதறுவா

சின்ன கிண்ணி தண்ணிய
எரம குளுத்தியில ஊத்தி
தவுட்ட மொறத்தோட கொட்டி
ஆட்டுக்குட்டிய குடிக்கச் சொல்லுவா

வாசக்கதவ வெடுக்குனு இழுத்து
நாலுவிரல நறுக்குன்னு நசுக்கிகிட்டு
கோழிசாவுலு கொத்துச்சின்னு
கொஞ்சமா பொய் பேசுவா

வேவாத வெளக்கு மாவ
சக்கரப் பாவுல ஊறவச்சி
டேசாவ சொரண்டி தின்னுட்டு
வவுறு கத்துதுன்னு ஓடி வருவா

ராத்திரி சாறு சரியில்லன்னு
அம்மாவ அடிச்சி திட்டுற
அப்பா வாய அடக்கி...
"நீயே சாறு சோறு செய்ப்பா"...னு
சட்டியிய ஒடச்சி மொறைப்பா.

ௐ

16. வறண்ட வயிறு

எட்டாநேத்து ஊறவச்ச
வெத நெல்லு மூட்டைய
இன்னிக்கி சாயங்காலம்
எடுத்துப் பிரிச்ச அப்பாவுக்கும்

கெணத்துத் தண்ணியை
கயினிக்கிக் காட்ட...
வாய்க்காலை வெட்டி வுட
சனிக்கி எடுத்த அம்மாவுக்கும்

பரங்கிக் கொழப்பியை
மடையில சொருகி
தும்பியைத் துரத்துற
பக்கத்துக்கு வீட்டு பாப்பாவுக்கும்

வேப்பந்தழ வெட்டி
சேத்தோடு மெதிச்சி
ஏர் கலப்ப பின்னாடி
எகிறிக் குதிக்கும் எனக்கும்

நேரத்தப் பாத்துட்டு
வெத்தலையப் போட்டுட்டு
வரப்புல நின்னுக்கிட்டு
வெள்ளாம பேசின தாத்தாவுக்கும்

சாணி கொட்டுன எடத்த
சோறு போட்ட நெலத்த
கூறு போட்டு விக்கிறத்துக்கு
கொஞ்சங்கூட தெம்புயில்ல.

தட்டு கழுவுற
தண்ணி போதும்
ஒத்த மரத்த
ஒழுங்கா வளக்க

பொழப்ப கொஞ்சம்
புதுசா செஞ்சா
வர்ற புள்ளைங்க
வயித்த நெரப்பும்.

17. வெட்டத் துணிஞ்சா

வீட்டுல போட்ட குப்பைகள
பெறுக்கச் சொன்ன சமயத்துல
ஓடி எடுப்போம் புத்தகத்த
வேலை இனிமே வாராதே

அழுக பொங்குற நேரத்துல
மூஞ்சப் பாத்து சிரிச்சாக்கா
வெக்கம் வெரசா வெக்கப்பட
கண்ணுத் தண்ணி விழுகாதே

கோவமா கண்ணு பாத்தாக்கா
பூவ எடுத்து பிச்சி பிச்சி
கதவு மேல வேகமா வீசுனா
காமடி தர்பார் முடியாதே

புதுசா யாரும் வந்தாக்கா
பெருசா ஏதும் செய்யாம
கெட்ட பேர கேட்டு வாங்கினா
ரகள முழுசா அடங்காதே

திட்ட துரத்துற பேச்சுகள
கொட்டு வச்சு அனுப்பயில
சிட்டா முளைக்குற சிறகுகள
வெட்டத் துணிஞ்சா கிடைக்காதே.

ஒ

18. தலைக்கு வச்சி தட்டி ரசி

திருவிழா ஒன்னுல கோவில்ல புகுந்து
கைய கூப்பி சாமிய கும்பிட்டு
தீபத்த தொட்டு திருநீறு வைக்கயில - நாம
காணிக்கை காச தூக்கிட்டு தூரமா ஓடணும்

வெட்டவெளியில வறண்ட தடத்துல
தோல கருக்குற வெயிலு துரத்த
கைகள் நிறைய பனிக்குழை வாங்கி - நம்
மூஞ்சி முழுக்க பூசிப் பாக்கணும்

மத்த நேரத்துல எப்படி இருந்தாலும்
பரிச்ச நேரத்துல புத்தகத்த எடுத்து
புரட்டிப் புரட்டி யார் படிச்சாலும் - நாம
வெளிய விரட்டி விரட்டி துரத்தணும்

காலங்காத்தால கோழி கூவயில
வாசலப் பெருக்கி சாணியத் தெளிச்சி
அழகு அழகா கோலம்போட - நம்
காலுல அழிச்சி குதிச்சி ஆடணும்

நட்ட நடுநிசியில மொட்டைமாடியில
மரத்த மிரட்டுற ஆடிமாசக் காத்துல
போர்வை ஒன்னுல நிலாவ புடிச்சி - நம்
தலைக்கு வச்சி தட்டி ரசிக்கணும்.

ଔ

19. நம்ம பசங்க

பூனே போன 'அரசியல்' பொடிப்பயலே
கட்டிட்டு வாடா ஒரு அழகு மயில
கூர்கான் போன 'குண்டு' பயலே
புல்லட் வண்டி இனி உன் கையிலே

'பிரபு' தர்மசங்கடமா இருக்காரு
தினமும் தியானம் பண்ணியே வாழ்றாரு
'கலை'யோட நினைப்பும் போக்கும் சரியல்ல
அவரு பெண்சிலையா போனாலும் தப்பில்ல

'சும்மா' நல்லா தூங்கி ரொம்ப நாளாச்சு
தினமும் புகைய ஊதுவதே தொழிலாச்சி
'குண்டு மனோஜி'க்கு ஒன்னு செட்டாச்சி
அவன் தலையிலே முடியும் வந்தாச்சி

'மீசை அண்ணன' இன்னும் பாக்கல
அவருக்கு ஜோடி யாருன்னு கேக்கல
'மதி' கதை கதையா எழுதுறான்
ஸ்ரீதிவ்யாவுக்கு இப்போ ஏங்குறான்

சேர்மன் 'ஜெய்' பேரு கேட்டு அதிரி போய்
புதுகம்பெனி ஒன்னு வைக்கப் போறாரு
நல்லபுள்ள 'பாலா' பாக்க யாரும் இல்லாம
இன்னும் மடிக்கணினி உயிர வாங்குறாரு

'குடி' தூர விலகி ஓடிட்டான்
குடியை ஏனோ விட்டுட்டான்
'பாரி' வள்ளல் காலேஜ் பக்கம் காணல
ஹாலிவுட் கதைய இன்னும் விடல

'பெரியவர்'' பாதை மாறிப் போறாரு
காருல மட்டும் வாறாரு
'சித்தப்பு' தலைமறவா எங்கோ இருக்காரு
சிக்னலே இல்லாமல் வாழ்றாரு

'மோகன்' பெருசா ஒன்னு சாதித்து
பெரிய படிப்புக்குப் போயிட்டன்
'கவீர் பாய்' ஏசி அறையில் தூங்கிட்டு
வயித்துக்கடுப்புல மெலிஞ்சிட்டான்

'கார்த்தி' ஆளே ரொம்ப மாறிட்டு
கயிறு கயிறா அருவியில தாவிட்டான்
'நவின்' ஏதோ ஒண்ணத் தொலைச்சுட்டு
சமந்தாவ பாக்கக்கூட மறந்துட்டான்

பொங்கலூர்ல 'செல்வா' பேபி இருக்குது
அது போன் பண்ணா மட்டும் சிரிக்குது
'கிருஷ்ணா'வோட லீலை இன்னுமங்கே தொடருது
அதனால அவன் கம்பெனி இன்னும் பெருசா வளருது

'ரோபோ' சிப்ப ரெட்டா மாத்திட்டு
அயல்நாட்டு சதியால் அலையுறான்
ஒத்த அறையிலே ஒடுங்கின சந்தர் 'பாலா'
இப்பவும் தனியா இருக்கான் ரொம்ப நாளா

'முத்து' ஊர் ஊரா சுத்துறான்
புரோகிராம் மட்டும் கக்குறான்
ஹோப்ஸ்ல ஒருத்தன் இருக்குறான்
கடவுளக்கூட மோசமா திட்டுறான்

'சாமி' எங்கோ போறாண்டா
துபாய் அதுக்குப் பேராண்டா
எங்க போய்த் தொலஞ்சிங்கடா
மின்அஞ்சல் ஒண்ணு அனுப்புங்கடா

நெஞ்சில் நித்தம் நாம் சிரித்து
நட்பில் நகர்ந்து நாமும் நடமாட
சென்னைப் பக்கம் வாங்கடா
உங்க அன்ப கொஞ்சம் தாங்கடா.

ஓ

45 கெணத்து வெயிலு காதலாரா

20. அப்பனும் மவனும்

அப்பன் :
ராத்திரி எல்லாம் தூங்காம
அப்படி என்னடா எழுதுற
தூங்கி எழுந்து
பல்லக்கூட வெளக்காம
இப்ப பேனா எதுக்கு எடுக்குற

ஒழுங்கா படிக்க வக்கில்ல
இப்ப என்ன எழுதி கிழிக்குற

சொல்லச் சொல்ல கேக்காம
அங்க என்னடா பார்வ...
அந்தப் புள்ள அங்க இல்ல
அது படிக்கப் போயி நேரமாச்சி

என் மூஞ்ச மொறைக்காம
போய் பொழப்ப பார்றா...
இப்படியே இருந்தா
ஒண்ணுத்துக்கும் ஒதவாம
மண்ணாத் தாண்ட போவ...

மவன் :
மண்ணு மட்டும் இல்லனா

காலு வைக்க தடமில்ல
காத்து வீச மரமுமில்ல
ஒதுங்கி நிக்க நிழலேயில்ல

ஓடி ஒளிய புதருமில்ல
தின்னு திரிய பழமுமில்ல
வாசன வீச மலரேயில்ல

மண் வாசன கலக்குற மகிமையில்ல
ஆத்தா கோலம் போட வாசல் இல்ல
கொழந்த தின்ன மண்ணே இல்ல

ஊத்து சுரக்க கெணறுயில்ல
ஆற்றைத் தடுக்க அணையுமில்ல
கடலின் ஓரம் கரையேயில்ல

மாடு தின்ன புல் இல்ல
பயிறு வைக்க நிலமே இல்ல
வண்டி செல்ல வழியும் இல்ல
வாழ்வில் பல வசதி இல்ல

காதலி கொலுசின் கானம் இல்ல
கூந்தலில் வாழ பூவுக்கு வாய்ப்பில்ல
காதலச் சொல்ல வழியே இல்ல

சுகமா தூங்க வீடு இல்ல – ஏன்
நிக்கக்கூட இடமே இல்ல

இன்னும் இருக்கு பல சேதி
மண்ணு மட்டும் இல்லனா
மூச்சுக் காத்து முழுசா இல்ல

செத்துப் போனா
நம்ம எடுத்துப் புதைக்க
இடமே இல்ல.

௸

21. எங்க ஊரு கலையரசன்

எட்டாவது பள்ளிக்கோடம்
எங்க ஊருக்கு வரட்டும்னு
எழுதி எழுதிப் போட்டவன
ஏசி நின்ன ஊரு சனம்

பசங்கள சேத்திவுட
வெட்கங்கெட்டு வந்திருக்கு.
நாம தான் ஒசந்த ஜாதின்னு
நாளு பூரா சொல்லித் திரிய
ஊருக்குள்ள கட்சி ஒன்னு
உசுரப் புடுங்க வளந்திருக்கு.

லாரி வர மண்ணு ரோட்டுல
மூட்ட திருடுற கூட்டமொன்னு
வேட்ட செஞ்ச ராத்திரியில
ஊரு பேரே நாறிக் கிடக்கு.

சாதி திருட்டு தப்புன்னு
ஊரெல்லாம் சேதி சொன்ன
கலையரசன் கண்ணுக்குள்ள
வேர் விட்டது நீதி புள்ள...

பக்கத்து ஊரு பசங்களாம்
படு பரதேசி நாய்ங்கன்னு
பட்டங்கொடுத்த தலைவருக்கு
முதுகெலும்பே ஒடையுறமாரி
மொத்த ஓட்டையும் மாத்த
கத்தித் திரிஞ்சான் கலையரசன்

மழ கேக்குற நெலமும்
வெயில் ஊட்டுற மரமும்
தெனம் நீதி கேட்டு நிப்பத
மாத்த நெனச்சு ஒழைச்சான்

நோன்பு நடக்குற நாளுல
தோப்பு கூட்டம் வீதில
தோப்புக்கரணம் தேருல
தப்பு மட்டும் மாறல
கல்லு சேல சாமிகூட
கட்அவுட்டுக்கு மாறிடுச்சு
தில்லு மூள சாதி மட்டும்
கெட் அவுட்டா ஓடவில்ல

தாசன் வந்த ஜாமத்துல
ஊரு மொத்தம் முழிச்சது.
சாமி வந்த நேரத்துல
ஜாதி சத்தம் போட்டது

கத்திக் கேட்ட கலையரசன
கத்திக் குத்தி சிரிச்சது
சாதி பூத்த ஊருக்குள்ள
நீதி காக்க யாருமில்ல

அவன
வெட்டிப் போட்ட ஏரிக்குள்ள
இன்ன வர தண்ணியில்ல.

ଓ

22. எங்கு போய்த் தொலைக்க

சாயம் போன சண்டையால்
காயம் தீர்க்கா களிப்பை
காசு தீர குடிக்க குடிக்க
கசாயம் கால் காசானும்
கௌரவம் மேல் நோய்

காட்டை எரிக்கும்
வீட்டு விளக்குகள்
எந்த நதி நீரில்
எடுக்கும் மின்சாரம்

முகம் மூடி ஓடும்
வேறு நாட்டு விதிக்குள்
விற்பனை விதைக்கும்
அறிவின் தலைகள்
அந்தரத்தில் தொங்கும்
பைத்திய முடிகள்

போர் முனை தோட்டாவில்
யார் வினை அறுபட
புறப்படும் சிறு ரதம்
அன்னை மடியில்
குவித்திடும் பெரும் ரணம்

கழுத்தறுத்த கதைகளில்
சாதி வென்றதென
ஊதிக் கொல்கிறது
மீதி பிணங்கள்.

ஜ

23. கை விழுங்கும் வாய்கள்

வாய் மீறிய
மீயொலி மிச்சமென
பலகணி விரிசலில்
தலைமுறை கடந்த
பெரும் கலைகள்
திறவாமல் கிடக்கிறது
அடிமை விழி முன்

முள் கிழிக்கா
முதுமை தோள்களில்
ஏர் முனை சுவடுகள்
கடக்க வழியின்றி
கருகி விழுகிறது
அழுகிய அறிவிடம்

ஓடி பாடி ஓய்ந்து
இரவை ரசித்தவனின்
ஒய்யார விழுதுகள்
இரவில் விழுந்து உழைத்து
பகலில் படித்துறங்கி
பாழாகியது பட்டறிவால்

எரியும் தீபங்களை
ஏற்றி வைத்தவளும்
அறுக்கும் பாவத்தை
அடிக்கடி அரங்கேற்றி
அதி நவீனம் ஆடுகிறாள்

மெல்ல ஏறி
விதை தொட்ட
பிள்ளையின் கேள்விக்கு
'தூக்கிப் போடு தூர'... எனும்
தாய் தந்தை மிரட்டல்
வீட்டுக்குள் பிணமாகும்
விஞ்ஞானம் பேசி வீழும்
எடுக்க எவனுமின்றி...

ಞ

24. சிகர கலைகளின் புருவமாய்

குற்றமில்லா கொலைகளில்
வேஷமிட்ட நிழல்களும்
தனையிழந்த சுழற்சியோடு
தரைகளைக் கிழித்து
கீதை வாசகம் எழுதட்டும்

சுற்றமில்லா நிலைகளில்
பதியமிட்ட புடவைகளும்
வாசமிழந்த பூக்களாகி
வாழ்வினை வதைத்து
பாரதி வரிகளை வாசிக்கட்டும்

சுவாசமில்லா நேசத்தில்
முத்தமிட்ட கன்னங்கள்
சிநேகமிழந்த மனமாகி
சிற்றின்பம் குடித்து
சிகர கலைகளைக் கற்கட்டும்

ஏற்றமில்லா தாகத்தில்
எல்லைதாண்டிய ஆக்கங்கள்
புரிதலில்லா தேடலாகி
உடல்களை எரித்து
மனிதப் பிழைகளை பதிக்கட்டும்.

ల

25. கரகமேந்திய கரங்களில்

பாசி படர்ந்த வரப்புகள்
பாறை வெப்பத்தில் வெடித்தது

எட்டி மரத்தின் காய்களே
எத்தனை உயிரைப் பறிப்பது

பொன்னாடை போர்த்தியே
ஊர் முழுக்க நகர்கிறாள்

ஏரிக்கரையில் எழுந்தவள்
வாடகை நீரில் குளிக்கிறாள்

கரகம் ஏந்திய கரத்திலும்
வறுமை ஊறிய வியர்வைகள்

தேரினைச் சுமந்த தோள்களில்
எலும்பின் உரசல் எதிர்காலம்

தீப் பந்தம் எரிக்கும் திருவிழா
உழவை மீட்டும் உயிர் விழா

எங்க வயித்துக்கே வழியில்லை
எந்த சாமிக்கு என்னத்த செய்ய?...

௮

26. கரையான்

தேகம் நனைத்துக்கொள்ள
வேகமின்றி நடக்கிறாள்

மழை எங்கோ தூரத்தில்
தூரலோடு விழுகிறது

அவள் அந்தப் பக்கமாய்
அடிக்கடி வருகிறாள்

அவளருகில் வந்ததும்
மழை நிற்கிறது
அவள் வரும்போதெல்லாம்
மழை அப்படித்தான்

வாய்க்காலில்
காலை வைத்தவாறு
வான் நோக்கிப் பார்க்கிறாள்

உடைந்து கிடக்கும்
கிணற்றுப் பம்புகளில்
கரையான் நகர்கிறது

கொய்யா மரத்தின்
வேர்களும் நீரைத் தேடி
வெடித்து உலர்ந்துள்ளது

கண்ணுக்கெட்டிய தூரம் வரை
கழனிகளைக் கவனித்தாள்
சப்பாத்திக்கள்ளி கூட
சரியாய் முளைக்கவில்லை

நாளை தேர்விற்கு
புத்தகம் எடுக்கிறாள்

கடைசிப் பக்கம்
கிழிந்து பறக்கிறது

'மரம் வளர்ப்போம்
மழை பெறுவோம்'
என்ற வாசகத்தோடு.

ௌ

27. முரண்பாட்டு முகங்கள்

மானம் கெட்டவர்க்கே
மரியாதை அதிகம்
மனசாட்சி கொன்றவர்க்கே
பொருட்செல்வம் குவியும்

சாதி வளர்ப்பவர்க்கே
சரித்திரப் பெயராகும்
நீதியைப் புதைப்பவர்க்கே
சுதந்திரம் நிலையாகும்

நெருங்கிப் பழகியவர்க்கே
நெஞ்சமும் நொறுங்கும்
உறங்கி அழிபவர்க்கே
உதவிகள் பெருகும்

வன்முறை வளர்ப்பவர்க்கே
வரைமுறை வரமாகும்
நெறிமுறை மறப்பவர்க்கே
வாழும் முறை சுகமாகும்

கலைகளை மிதிப்பவர்க்கே
சிலை பல உருவாகும்
நீர்நிலை சுரண்டுபவர்க்கே
பொன் விலைப் பரிசாகும்

தந்திர விற்பனை
தவணையில் தரம் ஏறும்
உற்பத்தி விதைகள்
இரசாயன உரத்தில் ஊறும்

பல்லுயிர் சிதைத்தலில்
உலகமயம் வான் உயரும்

சுயநலமாய் செரித்தலில்
மனிதநேய உயிர் உதிரும்

வனத்தினை எரிப்பவர்க்கே
பூமாலை புகழ் பாடும்
விளைநிலம் விற்பவர்க்கே
வம்சத்தின் வயிறாறும்.

ஓ

28. வரலாற்று வர்ணங்கள்

எழத் தூண்டும்
எந்திரத்தின் குரல்
எந்நேரத்திலும் ஒலிக்கும்
படுக்கைக்குப் பக்கத்தில்

ஊடகம் உறங்காமல்
உள்வாங்கிய மின்சாரத்தை
உணர்வின்றி ஒளியாக்கும்

இரும்புக் கதவின்
கடவுச் சொற்கள் கருகியவாறு
ஏற்றத்தாழ்வு எரிந்திருக்கும்

மின்னணுத் தாள்கள்
உழைப்பின் உருவமென
கணக்கீட்டின் கர்வத்தில்
கழுத்தினை அறுத்திருக்கும்

நீலநிற நெகிழியாய்
அலமாரியில் அடுக்கிய
பறக்காத பறவைகளின்
வரலாறு வற்றி வெடித்திருக்கும்

நாகரிகத் தேடலில்...

இறந்த பறவைகளின்
உதிர்ந்த இறகுகளும்
அகழ்வாராய்ச்சியில் அகப்படாமல்
ஆழத்தில் அழுகியிருக்கும்...

ஃ

29. ஆழ்மனதின் பாதை

உறவின் மீதங்களைப் பிடித்து
உயிர் மொழியில் தொகுத்தீர்
வன் வாதங்களைத் தவிர்த்து
அறிவால் வறுமை ஒழித்தீர்

பாசத்தின் படிமங்கள்
பக்குவத்தின் பாலங்களென
வார்த்தையின் புன்னகையால்
வார்த்தெடுத்தீர் தாய்மையை

புரியாமைப் பொழுதினை
எம் புலமையின் விழுதாக்கி
விரக்தியின் விரல்களை
நறுக்கி வீசிய நகலையும்
எரித்துப் புதைத்தீர் சுடராய்

பக்திகளின் யுக்திகளே
ஆயுட்கால ஆதாரமென
சிந்தைக்குள் சித்திரமாய்
துயரமெல்லாம் துரத்திய
கலசத்தின் தேகத்தில் கவியானீர்

காதலின் கனங்களை
தாளோடு தவிர்த்தவனை
நிஜத்தின் நீளுமையோடு
மாயைகளின் ரேகைகளை
சாயல் உதிர்த்த சரிகளென
எமை மீட்டீர் மின்மினியாய்

பிரியங்களின் பிரிவுகளை
சிகரத்தின் சரிவுகளென
தனிமையின் வேதங்களை
தவழும் தங்கச் சிமிரென
பனிவெளிப் பயத்திலும் பாதையானீர்

உள்ளவரை உயிர் மொழியும்
உள்மனதில் உதிரம் துடிக்கும்
உறவே உதிரும் நிலைவரினும்
அகமே அசையா அதிசயமாய்
யுகத்தின் முகத்தின் விழியாவேன்.

ஃ

30. காயங்கள்

காது சவ்வுகளில்
கருகிய நரம்புகள்
மீதிச் செல்களில்
போதை தழும்புகள்

நாடே குடிக்கும்
நலமென நடிக்கும்
ஓடா திரைக்கும்
பலமென குதிக்கும்

வீட்டை உடைத்தவன்
வீதிக்குக் காவலன்
நாட்டை எதிர்ப்பவன்
காட்டுக்கும் காதலன்

ஒதுக்கீடு... இங்கும்
போட்டிகள் நிறையும்
பங்கீடு என்றும்
வங்கியில் விழுங்கும்

நாங்கள்
பிழை செய்ததால் பிறந்தோம்
கரை கடக்கவே வந்தோம்.

ஃ

31. பித்தர்களின் பிதற்றல்

கோடையின்...
மாலையும் மதியமாக

வேகத்தின் தேகங்களை
வெயிலின் விரல்கள் கீற
நீண்டநாள் பாழடைந்த
நிழற்குடை நிறைந்தது
நிழலின் உடல் உயிர்த்தது

வாகன விளையாட்டில்
ஊனத்தின் உந்துதல்

குளிர்பானக் குவியலில்
சாக்கடையும் சலித்துச் சரிய
நாசியினுள் நச்சின் நடனம்

முகத்தை மூடியே
அவளும் வியர்த்தாள்
அவளின் முதுகை முறைத்தே
அவனும் நனைந்தான்

கழிவறைக் கசடுகளில்
விற்கிறான் வியாதிகளை
மலமும் பணமானது

பழைய மருந்தை
பார்வைக் குறைபாட்டுக்கு
பகிரங்கமாய்ப் பகிர்ந்தவன்
மருத்துவ மகானாம்

அரைநிர்வாண ஆடைகளே
அவசியத்தின் தேடலாம்

வியாபார விமர்சனத்தில்
விளைச்சலின் மரணம்

கொள்முதல் குறைத்தும்
பன்முக பணக்கார பலம்
வயிறு விழுங்கி வரைந்த
வறட்சி ஓவியத் தூரிகையாய்

சூரியன் சுட்டதே
குற்றமாகி குரைத்தது
பிழைகளின் பிறவியான
பித்தர்களின் வாய்வழி.

ஞ

32. நிழலின் சதைகள்

நான்முகச் சாலையை
ஊர்ந்து கடக்கையில்

யாரோ ஒருவரின்
தோள்மீது தூங்கிய
காதலின் கவிதை

படியின் பிடியில்
பத்தாம் வகுப்பு
அறிவின் சிறகு

சாலை ஓரமாய்
செயற்கை ஒலியில்
தேசிய கீதம்

முகம் சுழித்து
முகவரி தேடும்
அறிமுக விழிகள்

காற்றை விரட்டிய
பேருந்தின் திசைகள்
அவசர அடையாளமாய்

முதுகைத் துளைத்த
முரண்களின் வளர்ச்சி
முன்னோக்குச் சிந்தனையாம்

கல்லூரி மதிலருகே
கம்மங்கூழ் குவளையால்
எனது குரல்வளை நனைகையில்

சுவரின் தேகம் புணரும்
அந்தரங்க சுவரொட்டியை
அவளின் விழி மேய

உடைக்குள் ஊடுருவி
அவளின் உருவத்தைப் புணர்ந்தது
அவனின் விழிகள்...

இக்காட்சியை விழுங்கிய
எனதிமை எரிந்து

நிகழ்வின் நிழலையும்
பாறைப் பதுக்கலில் ஒளித்து
ஒழுக்கத்தின் ஓதங்களை
ஓயாமல் உரைத்து
நான்
சற்றுத் திரும்பி
சமூகம் பார்க்கையில்
அழிதலை விரும்பியே
அத்தனை நிழலின்
சதைகளும் சரிந்தன
புரியாத புணர்தலில்...

ஓ

33. அலுவலக அதிர்வுகள்

அலுவலக அட்டையின்
அடிப்பக்கம் அச்சிடப்பட்ட
அத்துணை விதிமுறைகளும்
விரும்பாத நாகரிகத்தின்
விளக்கமிலா விபரீதங்கள்

ஓயாமல் சுழலும்
வியாபாரச் சூழ்ச்சியில்
மூழ்கிய நிறுவனத்தின்
கண்ணீரை காசாக்கும்
அதிசய அலுவலகங்களின்
மேல்நோக்குச் சிந்தனையில்
கீழ்நோக்கிச் சிதறுவது
பிணமான மனிதத்தின் பிம்பங்கள்

மூளையை முட்டி... பின்
தட்டும் மின்னஞ்சலில்
ஒட்டிய வார்த்தைகள்
வெட்டிய நெஞ்சையும்
வேடிக்கையாய் சிதைத்து
சுவரோடு உரசிச் சிரிக்கும் சுயநலங்கள்.

ವ

34. மரண விளம்பரம்

இருள் குடித்த
இன்றைய இரவோடு
இன்னொரு
மழலை மடிந்தது...

தவறுதலாய் தான்
மருத்துவர் வருகை
செய்தி விழுந்த
செவியோடு..

நிலவர உருவம்
ஊடகப் போட்டியாய்

வழிமறித்த வழிகளில்
விடையிலா தேடலோடு
பெற்றோரின் வாழ்வு

அடுத்த இரவின்
நுனியில் உதிர்ந்தது
நூலிழைக் குழந்தை...

'எடைக் குறைவு'
என்ற போர்வைக்குள்
எண்ணிக்கை நீண்டது

பிழையின்றி பிறந்த
பிள்ளைகள்
கவனமின்றி இறந்த
பிணங்களாய்

ஆடம்பர வசதி
அரசியல் விற்பனையாக

அடிப்படை வசதி
அறியாமலே தொடங்கிய
அரசு மருத்துவமனை
அடிக்கடி உறிஞ்சியது
அப்பாவி உயிர்களை

கருணை காட்டும்
கட்சிகளின் கண்களும்
ஊடகத்தோடு உறவாட

உடலுக்குள் துடித்த
உறுதியான உயிரும்
உலகை வெறுத்து
உடனே வெளியேற

உயிரின் பிரிவுகள்
ஊமைச் செய்திகளாய்
ஊடக உடம்பினுள்
உடனடியாகப் பிறந்தது

விற்பனை
விளம்பரத்தோடு...

ஒ

35. உயிரின் தாகம்

மஞ்சள் தெளித்த மாலைப்பொழுதில்
ஒற்றைப் பூ ஏந்திய அவனும்
காதலை ஏற்று மகிழ்ந்த அவளும்
உணர்வில் வாழும் உயிராய்
சாதி மறந்த மனமாய்
மனிதத்தின் புதுச் சுடராய்
இறகின் விழியில் விடியலை விதைக்க

வார நகர்வில் வர்ணனை தூவி
புனிதம் புதைந்து
காமமே வழிய

விதிகள் மடிந்து
தேகம் புணர்ந்தது
கருப்பை கனக்க கருவும் வளர்ந்தது

அவனின் வீடும்... அவளின் வீடும்
சாம்பலில்லா சாதியை
வெட்ட வெளியிலும்
வெறியோடு இழுக்க

காதல் இறந்து
அன்பும் அடங்கி
அதிகாரம் உச்சத்தில் உறுமியது
அவனிடமும்... அவளிடமும்

குழந்தை பிறந்தது
சுயநலத்தை இறுக அணைத்து
அவன் பிரியும் முன்னே
அவளும் பிரிய

கைக்குழந்தையை
காப்பக கணக்கில் வீசி
மகிழ்ந்தான்... அவளின் அப்பன்

அவன் - மயக்கத்தில்
மற்றொரு மங்கையோடு
அவள் - ஆடம்பர
ஆசையில் அடுத்த ஆணோடு

காப்பகத்தில்...
கண்ணீர் வற்றிய
குழந்தையின் கதறலில்..
உள்ளங்கையோடு உரசிய
இறகின் இதயம் பிளந்தது

தனியே உதிர்ந்த
தான் அனாதையெனில்
தனித்தே வீசப்பட்ட இக்குழந்தை

அகராதியில்
'அனாதை' அர்த்த தேடலில்
தேடலே அர்த்தமற்றுப் போனது

தானே குளித்து... தானே துவைத்து
தானே கழுவி... அழுது.. அயர்ந்து
புரிதல் புரிந்த பொழுதோடு
குழந்தை வளர்ந்தது
குழந்தைமனம் தொலைத்து

வறுமை தடுக்கா
வசதிகள் வளர
விருப்பப் போர்வைக்குள்
நாகரிகம் நலிய
சுயநலச் சமூகமே சுற்றிலும் துரத்த
அன்பைத் தேடியே வளர்ந்தான் வாலிபனாய்

நம்பிக்கையின் நகலாய்
தியாகமே தொழிலாய்
விழிப்புணர்வை விதைத்த

இவனின் இமையை
இறகு மெல்ல வருடி
புதுக்கவிதை எழுதிய நாழிகையில்

இவன் பாதத்தைத் தொட்டது
பச்சைநிறத் தாவணி தேவதையின் நிழல்

அவள் அழைக்கும் முன்னே

தரிசனம் தந்தவளுக்கு
அண்ணனாக வாழத் துடித்தான்

அனாதையின் அர்த்தம் அறிந்தவளோ
அவளும் அனாதையாய் வளர்ந்தவளோ

நீளும் நிஜத்தில்
ஆதரவின் அறம் நுழைத்து
அண்ணன் தங்கை வாழ
மின்னலும் மிரண்ட தடயம் வாசலில்

உயிரின் தாகம்
அன்பென அறிந்து
பாசம் பார்த்த பரவசத்தில்
பறவையானது இறகு..

☙

36. புரட்சி மனிதன்

அரசு நடுநிலைப் பள்ளி
கழிப்பிடக் கட்டடம்
மதிப்பீடு இரண்டு இலட்சம்

செங்கல் தூக்கிய மாணவன்
வழிநடத்தும் ஆசிரியர்
கூலிச் சம்பளம் முழு மிச்சம்

ஆணை தருவது அதிகாரி
அதட்டிப் பார்ப்பது தலைவன்
கையில் அளப்பது உச்சம்

படிக்காதவன் இதையும்
அறியவே மாட்டான்
படித்தவன் எதையும்
கேட்கவே மாட்டான்

வேடிக்கை
பார்வையில் பலர்
வாடிக்கை
சோம்பேறியாய் சிலர்

சென்ற தலைமுறையே
வாழட்டும்
இளம் தலைமுறை
அழியட்டும்

இங்கு...

'நமக்கென்ன'
என்பதே பெருந்தன்மை

'நானில்லை'
என்பதே புதுமனிதம்.

☙

37. கருப்பு காக்கி

நாங்கள் இணைந்ததே
சட்டம் சொல்லும் சாதனை
என்பதை என்றோ மறந்தோம்
அதை இன்றோ மறுப்போம்...

சமாதானம் சொல்லும்
சமிக்கை வெறுத்தோம்
மூலதனம் கொடுத்தால்
இரு கை கொடுப்போம்

உள்ளே வா - என்
உள்ளங்கை பார்
வெளியே போ - என்
மிரட்டலை சேர்...

வருமானம் சேர்த்து பின்
வட்டிக்கு விடவே - உன்
வயிறு எரிய வழிதோறும்
வழிப்பறி செய்கிறோம்

என்றும் நாங்கள் இணையோம்
உங்கள் உணர்வை மதியோம்

கம்பி எண்ணுபவன்
எங்களுக்கு எதிரியே
நம்பிக் கொடுத்தவன்
வெளிவருவது உறுதியே

தாள்களில்லா வழக்கு
கிடப்பில் ஓர் கணக்கு

சட்டத்தின் சமாதானம்
முழுமையாய்ச் சரியும்

காக்கியும் கருப்பும்
விரக்தியாய் விரியும்

வழக்கின் வயது
எங்கள் கையோடு
நீயளிக்கும் கையூட்டின்
கைப்பிடித்தே நகரும்...

ஆவணம் மறைக்கும்
ஆணவ அதிகாரியாய் நாங்கள்

வெண்மையின் தன்மை
ஒழிப்பதே எங்கள் மேன்மை
மறைப்பதே புது திறமை
இப்படிக்கு காக்கி கருப்பு.

ௐ

38. உச்சம்

ஆடிவர குழந்தையை ஓடி ஓடி தூக்கணும்
நாடிவர உறவுகளை ஆடிப் பாட வைக்கணும்
தேடிவந்த தோழனும் கவலைமறந்து சிரிக்கணும்
மோதவந்த வில்லனும் அன்பில் நனைந்து வாழணும்

அஞ்சி அஞ்சி அப்பாவை நிறையவே கேக்கணும்
மிஞ்சி மிஞ்சி அன்னையை அதிகமா அணைக்கணும்
கொஞ்சிக் கொஞ்சி தங்கையை கொஞ்சமா திட்டணும்
சாஞ்சி சாஞ்சி மாமன் பொண்ணையே பாக்கணும்

தனிமை அழைக்க இனிமையெனும் உலகமாகணும்
கவிதை படைக்க காதலெனும் பாடலாகணும்
அன்பைக் கொடுக்க மகிழ்ச்சியெனும் தேனாகணும்
வாழ்க்கை துரத்த திறமையெனும் தேடலாகணும்

வயலில் நானும் கால் பதித்து நகர
பசுமை ஒன்றே பார்வையில் படணும்
எங்கும் காணும் சாதி மறந்து போக
வறுமை ஒழிந்து செழுமை காணணும்

அனுபவம் சொல்லும் அனைத்தும் படித்து
தேன்சொட்டும் இசையினுள்ளே மூழ்கிப் போகணும்
உலகம் காட்டும் ஊடகம் பார்த்து
விந்தைவழியும் கலையில் அசந்து போகணும்

உள்ளம் உடைந்து வீழும் நிலையில்கூட
சிந்தனை ஒன்றே சிறப்பாய் தோன்றணும்
உயிரைப் பறிக்கும் இறுதி நொடியில்கூட
அழகுரசனை ஒன்றே வசந்த வாழ்க்கையாகணும்

மலடெனும் வார்த்தை மறைந்து திரியாகி
அனாதை பலரால் அன்னையெனும் சுடராகணும்
வேசியெனும் பட்டம் பறந்து உயிராகி
ஆண்கள் சிலரால் மனைவியெனும் மலராகணும்

கெணத்து வெயிலு காதலாரா

அச்சம் விடுத்து நம்பிக்கை வளர்ந்து உயர
இளையசமூகம் வல்லரசை வாங்கித் தரணும்
உச்சம் மிதித்து வெற்றியைப் பறித்து வரவே
அயல்நாட்டிற்கும் அன்பை நாமே கடனாய்த் தரணும்

மனதை மதித்து பணத்தை எறிந்து - சிறு
குழந்தை சிரிப்பில் புதைந்து போகணும்
சினத்தைக் குறைத்து அறிவை வளர்த்து - இந்த
இயற்கை அழகில் சிலிர்த்துப் போகணும்

ஊருகின்ற ரத்தம் பல உடலில் ஓடணும்
நாமிறந்தும் விழியினி புவி காணணும்
உடலுறுப்பு எரியாமலினி உயிர் வாழணும்
அன்பால் மனிதம் இனி வாடா மலராகணும்.

ஜ

39. உருவம்

ஒற்றை தாளிற்கு உறவாடிய உறவுகளை
ஆயிரம் அன்பில் வாழ வைத்தாய்
கற்றையாய் நின்ற கடனை எல்லாம்
ஒற்றை ஆளாய் நீ ஒழித்தாய்

உன் கைரேகை அடிபணிந்த இடத்தில்
என் கையெழுத்து துணிந்து அதிகாரமாக
கிழிந்த செருப்பில் நீ நடந்தும்
வாழ்க்கை நெருப்பில் எனைக் காத்தாய்

ஏற்றம் ஒன்றை நாம் காண - என்
வாசிப்பின் நேசிப்பை நீ சுவாசித்தாய்
இன்னலை எல்லாம் இமைமுன் சிதைக்கும்
தன்னம்பிக்கை தந்தே எனை வளர்த்தாய்

உன் இறுதி நொடியில் எனைப் பிரிய
உலகம் ஒன்றை நான் இழந்தேன்
இப்போ 'ஏம்பா' என்ற உன் பதிலின்
ஏக்கத்தின் தாக்கம் அறிந்து தவிக்கிறேன்

உன் பாதம் பதிந்த வாசலில் - கோலமாய்
தினமும் வணங்கி நின்றே அழுகிறேன்
நீ கட்டி அணைத்த படுக்கையின் - ஓரமாய்
தனியே புரண்டு தூக்கம் வெறுக்கிறேன்

உன் பெயரை யாரோ சொல்லக் கேட்டு
என் நினைவும் செல்லுது எனைவிட்டு

உன் கனவுகள் எந்தன் கையோடு
அதை நிலைக்க வைப்பேன் உலகோடு
உன் உருவ வடிவில் உடை அமைய
உன் நடையின் வடிவம் நான் ஆனேன்.

☙

40. விதை

வற்றிய வண்ணத்தில்
நிழலான நிம்மதியை
நிமிடத்தில் தொலைத்து
சுற்றி சுற்றித்
தேடாதே சுகத்தை

தோல்வியின் மிதிக்கே
மிரண்டுபோனால்
தகர்க்கும்போது
தாங்குவது எப்படி

இன்னலை எடுத்து
இமைமுன் வைத்து
தோலை உரித்து
தூக்கி வீசு

கைரேகைக் கனவுகள்
கண்முன் எரிந்தாலும்
முயற்சியுடன் முனைந்தால்
சாம்பலும் சாதிக்கும்

உன்னை உருவாக்கு
பலருக்கு உரித்தாக்கு
உதட்டின் உச்சரிப்பில்
உலகம் உருவாகும்

மனிதம் கேட்டே
மடிந்து போகுமுன்
மின்னலில் மிதக்கும்
மின்மினியாய் இரு

முயற்சியை முகக் கவசமாக்கி
எரிமலை எண்ணத்துடன்
துயரத்தைத் துரத்தி
நகத்தால் நசுக்கும்
வீரனை விதை.

ଓ

41. ஊரு பேரு - ஆறு

கூரான ஆறுகளை
அவன் செதுக்கினான்
அது மேல்நோக்கிப் பாயும்
எல்லாத் துளிகளும் உயிர்க்கும்
பல்லுயிர் உறங்கும்

வற்றிய நிலத்தில்
வயிறு முட்ட நிற்கும்
மீன்களோடு பேசும்

மெல்ல எழுந்து உங்கள்
முகம் கழுவிச் செல்லும்
படகின்றி நீங்கள் அமரலாம்
மதுக் குடிப்போர் தவிர
யாரையும் அடித்துச் செல்லாது

நீருக்குள் சென்று நிறைய
மணல் அள்ள நினைத்தால்
நீங்கா நிம்மதி பெறலாம்
காட்சிப் பொருளாக்கும் அரசை
எலும்போடு ஏப்பம்விடும்

எங்கும்... எப்போதும்
தாகம் நோக்கிப் பாய்வதே
அந்த ஆறின் அறிவு
அந்த ஆறு இப்போது
ஆதி கால அன்பையும்
அதன் கரையில் கிடந்த
மீதிக் கால்களையும் தேடுகிறது.

ஃ

42. தீரா நொடி

வம்சத்தில் ஓங்கி ஒலித்த
ஒரு குரலின் தீரா நொடியில்
ஜக்கம்மா ஜனித்தாள்

தவத்தின் நிஜத்தை
நிலமெங்கும் விதைத்த
அக்குரலின் நேசம் யாவும்
பாரதியின் காளியென
காலம் புரட்டி நின்றது

அடுத்த தலைமுறை
அதே குரலோடு ஏர் முனை
துறக்கும் அறத்தில்
கண்ணம்மாவைச் சுமந்தது

இரணத்தின் சுயத்தை
வீடெங்கும் மறைத்த
பெருங்குரலில் கோபம் யாவும்
காளியின் பாரதியாய்
வேகம் சுழற்றி வென்றது

நடக்கும் தலைமுறை
ஆரா குரலோடு.. தன் வினை
மறந்த சேரா உயிர் நாடியில்
செல்லம்மாவை மறந்தது

சினத்தின் நெருப்பை
வாழ்வெங்கும் கக்கும்
முரண்வழியின் முகம் யாவும்
ஆதியின் பெரும்தீயில்
தேகம் நுழைத்துச் சாகிறது.

ஓ

43. உடைத்தெழு

தீபத்தின் சுடர்
குளிரைத் தாண்டி ஒளிர
தீ வைத்த நிழல்
செய்தி தாண்டி மறைய

பழைய பெரும் பட்டாசாய்
பேனர் கொலை சிறு தூசாய்
நூற்றாண்டுப் பண்டிகை
மன்னனின் கொலை வழக்கில்
மாண்டுபோவதே வாடிக்கை

யாருண்ட சிட்டிகை
ஆட்சி காக்கும் கொள்கை
சிறு துண்டில் ஒரு கை
சாகும் வரை வியர்வை

குறுந்தொகை காதல் சாக
கும்மிருட்டு காதல் நோக
ஆடை கலைத்து
தொட்டுப் பார்த்தோம்
சாதியும் பார்த்தோம்
தமிழனெனக் கத்தினோம்
ஒருவனை வெட்டினோம்

யாதும் காணாது... கடந்தோம்
நடந்தோம்... யோசித்தோம்
எழுதினோம்... குடித்தோம்
கொன்றோம்... நடித்தோம்
வேலை வேண்டும்
யார் தருவீர்?...

பிண்டத்திற்கு... பிச்சையிடா
வேலை உண்டா உன்னிடம்.

44. நிழல் மங்கை

வைகாசி மாதம் முதல்
வைத்த காசுகளை
தை மாத தாலிக்கு
தைக்கச் சொல்லும்
மடமை நிறை மாயை
மங்கை வாழும் களமா?
உன் கை ஆளும் விதமா?

கார்கால அம்புலியை
கண்காணா கட்டுக்குள்
தட்டித் தட்டி வாழ... உனக்கு
வட்டி கட்டும் சுகம்
பொத்திப் பொத்தி வைப்பதோ ?

எத்தனை ஏற்பாடுகளில்
உன் துணை ஏற்பாட்டை
கர்ஜனை மொழியில்
அடக்கி அடக்கி.. பின்
யார் வினை பிழைக்க
பெரும் காட்டு வாழ்வை
அணை கட்டி வாழ்கிறாய்?

அடிமை சருக்க அநீதியை
அவள் உருக்க நடையில்
பார் அவிழப் பார்த்தாலும்
உன் உடமை தர்க்க நிலை
யார் விழ... மாயும்?

☙

45. நானற்ற நாழிகை

எந்நிலை கடப்பினும்
ஓர்நிலை சிதைப்பதே
என் நிலை என்றாக
சார் நிலை வெறுத்திட
யார் விலை கொடுத்தது?...

கேள்விகள் உடைந்திட
வேள்விகள் தொடுப்பினும்
வெற்றுடல் வலிமையில்
கற்றதும் மாயமோ?...

ஊழ்வினை உரைத்திடும்
ஒரு குரல் ஒலித்திட
தசைநார் அறுத்திடும்
சிறுவிரல் தூரமோ?...

எத்திசை நடப்பினும்
என் திசை எரிந்திட
சுழல் விசை நடுவில்
என்னுடல் சிதறுமோ?...

ෂ

46. மிதக்கும் ஜன்னல்

வான்நோக்கிப் பாயும் ஒளிமூலத்தில்
ஒற்றையாய் ஒழுகிய ஒரு கற்றையை
பூமி புழுதிக்குள் வீழாமல் பிடித்து
இருண்ட வீதிக்கு ஒருபாதி கொடுக்க
வீதியெங்கும் ஒளிர்கிறது உன்முகம்

உன் கால்நகம் கீறிய
என் தேசத்து வாசலில்.. சுரக்கும்
வாசனை ஊற்றுகளில்
வீறிட்டுப் பிறக்கும்
ஒவ்வொரு நீர்த்துளியும்
மூலைக்கு மூலை... உன் பெயராய்
முளைத்து விழுகிறது... சாரலாகவும்

வருடத்தில் ஒருமுறை நிகழும்
உன் வருகைக்கு முன்னதாய்
என்னுள் மிதக்கும் சன்னலுக்கு
வலது பக்கத்தில் மெதுவாய் உதிரும்
மஞ்சள்நிறப் பூக்களும்
நரைத்துப் போன என் நினைவுகளால்
வெளிர்நிறத்தில் வேரூன்றி நிற்கிறது

மென்பொருள் விழுங்கிய மேனிக்குள்
வளைந்து கிழிந்த செவிச் சவ்வில்
ஓயாமல் நுழையும் ஒலியலையென
பிறழாமல் பதியும் உன் குரல்
பிரபஞ்சத்தின் பிரதி பிம்பமாய்
அந்தரத்தில் தலைகீழாய் அசையும்
ஊதாநிற ஊஞ்சலொன்றில்... அமர்ந்து
ஊமை வாசகத்தை உச்சரிக்கிறது.

௸

47. வனம் வரைந்த கதவுகள்

பரிதியைப் பலியிட்ட பகலொன்றில்

விழிக்குள் முளைத்த ஒளியோடு
எம்முகம் செதுக்கிய பாதையில்
எல்லையை தாமிரத்தால் தாழிட்ட
கருநிறக் கதவைத் திறந்ததும்
வறண்ட வனமொன்று நீண்டது

ஆழத்தில் அழுகிய வேர்களென
விதைக்கான வரலாறு உதிர்ந்தது
தாகத்தில் பருகிய துளிகளென
சுனைக்கான சுவடுகள் தீர்ந்தன

வெளியின் விரலாய் அதிர்ந்துதிரும்
வெண்ணருவி மடிப்பில் மயங்கி
மந்திர அழகென உணர்கையில்
எனை மர்மமாய் மிரட்டியது... நீர்

உயிர்ப்பிடித்து உச்சத்தில் ஓடியவனின்
உயிர் பறிக்கத் துரத்தின
உருண்டு திரண்ட திவலைகள்

திவலைகளின் தேகம்.. திடீரென
தாடி முறுக்கி தாவும் முகமேந்தி
மடிந்த மழலையாய் உருமாறி
பல்லுடல் பிணைத்து விரட்டின

கொடூரப் பற்கள் கழுத்தினைக் கடிக்க
யாவும் அழிந்தன என்னுள்

மீண்டும் விழிக்கையில்... மிரண்டேன்
முரணான காட்சி கண்டு

என்னுடல் தரையில் புதைய
அருவி உச்சியில் ஆர்ப்பரித்து
அலறியது என்னுயிர்... ஓயாமல்
அருவியின் ஆழத்தில் தெறித்தன
எரிமலை கக்கிய தீப்பிழம்புகள்

உச்சியில் அலறிய என்னுயிரை
தலைகீழாய்... உறுஞ்சியிழுத்தது
எரிமலைக்குள் ஊறுமிய உருவம்

ஆழக் குழம்பிய குற்றங்களால்
அச்சுறுத்தும் அதிர்வில் மூழ்கி
ரகசிய ரணங்களால்... நான்
மரணித்த மறுநிமிடம்...

வெண்ணிறக் கதவினைத் திறந்து
ரோமமில்லா எழில் உடலோடு
ஒரு மழலை... கவியாய் நுழைய
பசுமை படர்ந்து... வனம் வானமானது.

ஞ

48. மரணம் உதறிய உயிர்

நிலவின் நிலவெளியில்
வெண்கற்கள் வீசிய வீதியில்
கூரிய முட்கள் கீறிய பாதமாய்
பாழடைந்த பளிங்கறைத் தேடி
ஊர்ந்து உலவியது என்னுருவம்

நாற்றிசையும் நானே நிற்க
நிழலும் நீரினுள் கருகியது
திக்கற்று திகைத்த விழிக்குள்
எரிபிழம்பின் வேகம் மீறிய
யாருமறியா பிம்பங்களின் பிரதி

முன்னோக்கி முடுக்கிய
முகமூடி தேகங்களின் கரங்கள்
உயிர் பிடுங்கும் விரல்கள்
உலர்ந்த உடலின் நிறங்கள்
காற்றின் கழுத்தாய் கர்ஜித்து
தேச இருளையே தேகமாக்கின

கட்டமிட்டு கவ்வும்
கரங்களைப் பிளந்து பிரித்து
பளிங்கறையின் பக்கவாட்டில்
படர்ந்து பரவியது என் பாதம்

உள்நுழைந்த முதல்நொடியில்
உதடு கிழிந்த உருவத்தின்
உயிர்ப் புலம்பல் மோதி மோதி
உடைந்து எரிந்தன
பளிங்கறையின் பாதாளச் சுவரும்

தற்கொலை தாழிட்ட தருணமாய்
பளிங்கு செதில் பாய்கையில்
இறுகித் திணறும் வலியோடு

பழிகளின் பாவனை
பழைய பக்கங்களைக் கிழித்து
பளிங்கில் முகம் காட்டியது

இருமுகமும் நானாகி இருள

இதயக் குழிக்குள்
துயில் துறந்த துடிப்பாய்
துருவம் குடித்த நெருப்பாய்
மரணம் உதறிய உயிரென
ஒவ்வொரு திசைகளிலும்
தனித்தனி உடலாய் உலவினேன்
தாகம் தீராமல்...

ങ

49. கற்பனை எங்கே

மங்கிய மாலைநேரம்
வேகமாய் மோதி
சூரியன் சுகமாய்
சூறையாடப்பட்டு
நிலவு நிம்மதியாய்
வீதிகளில் விளையாடும்
விசித்திரப் பொழுதில்

கவிதை ஒன்றை
கட்டிப்பிடித்து - அதன்
கண்ணைத் தொட
மெதுவாய் முயன்றேன்

அக்கண்கள் - என்
இமைமுன் காற்றில்
விரைந்து பறந்து
நொடியில் மறைந்து
என்னை வென்றது

நான் சுற்றித் திரிந்து
தாகம் அடைந்து
வியர்வை தெளிக்கும் - என்
தேகம் பார்த்தேன்

வெளியே வந்தும்
தனியே தெரிந்தேன்
நிலவை நோக்கி நின்றும்
இருளே எந்தன் முன்னால்

எந்தன் விழிகளில்
விண்மீனும் விடைபெறவே

யாரோ ஒருவர் எனை
வெறியுடன் துரத்த
படியின் அடியில்
பதுங்கிக் கொண்டேன்

இடற நினைத்த
இதயத்தை - என்
இடது கையால்
இறுக்கிப் பிடித்தேன்

யாரும் அறியா ஓர்
இடத்தில் பத்திரமாய்
பதுங்கிய பின் - என்
கால் நகத்தை - யாரோ
வெறியுடன் இழுக்க
....
'விட்டு விடுங்கள்' - என
கத்திக்கொண்டே
கண்ணை மூடினேன்
....
உடல் மட்டும்
உணர்ந்தது - எனை
படியில் யாரோ
பலமாய் இழுப்பதை

இறுதியில் இதோ
படுக்கை அறையில்
படுக்கவைத்து - என்
கன்னத்தை அறைந்து

'இமை திற'
எனும் பயமுறுத்தும்
கொடூர சொல் கேட்டு
விரைவாய் விழித்து
பயமுடன் பார்த்தேன்

மங்கலாய் மாறிய
மின்விளக்கு வெளிச்சத்தில்
யாருமில்லை என்முன்னே
.....
இருந்தும் - என் வலது
உள்ளங்கையில் ஏதோ
விசித்திர உருத்தல்

உடனே...
விரல்களை விரித்து
வெறித்துப் பார்த்தால்

உள்ளங்கையில்
உருண்டுகொண்டே

என் விழிகளைப் பார்த்து
கண் சிமிட்டிய
கவிதை - எந்தன்
காதோடு
கவனமாய்க் கேட்டது
...
'கற்பனை எங்கே..'

ଓ

50. உறுமி எழும் உயிர்

எந்தத் தாதுவின் துகளாய்
மூளைக்குள் மூழ்கினாய்
முன்ஜென்ம முதலிரவை
விழிக்குள் விரித்துக்காட்ட
வாய் பிளந்து கவ்விய
யுத்த நிலை மீறலில்
மீயொலி அதிர்வோடு
முட்டி முறியும் முத்தம்.

நிமிர்ந்து பறக்கும் இறகில்
சிவந்து மறைந்த வடுவாய்
புணர்ந்துகிடந்த உடலில்
திமிறி ஓடும் கடல்
எம் எலும்பை எரித்த
ஒரு துளி நெருப்பில்
ஊன் கிழிக்கும் உருவாய்
உறுமி எழும் உயிர்
ஓடும் நிழல் உடைத்து
ஆசை பிசையும் விரலில்
மாயக் காடுகளின் வேர்கள்
மீசையெனச் சுருள்கிறது.

51. மடி

உரசி உறங்கும் ஓடையின்
ஒரு துளி உறைந்து
மறுநொடி உடைந்து ஊறும்
பெரும் நதியென விரிய

கரை யாவும் மூழ்கி
நுரைத்துக் கிடக்கும் நீரில்
வேரின் நிழல் வெந்து
வெப்பத்தின் தாகமென
ஆழ் நதி வேர்க்க

முறிந்த பூவின்
முத்தத் தழுவல் மோதி
மொத்த நதியும் சிலிர்க்க

கனவின் உச்சமென
அருவி கொதித்து வீழ
தரை முகம் தாழிட்டு
கலை வனம் முளைக்க

நான்காம் திசையின்
நடுநிசி யாகத்தில்
நரபலி திமிறிச் சாய

நதிகளின் நாக்கு
மணல் சூட்டில்
மாண்டு கிடக்க
மனிதன் ஆள்கிறான்.

ஒ

52. உரு மாற்றம்

திறந்து ஒழுகும் ஒளியை
எட்டாம் கடவுளென
எவன் போற்றி நிற்பினும்
முதல் கடவுளின் தவறை
ஆதிப் புள்ளியில் சொல்

குயிலின் குருதியை
குடம் குடமாய் நிறைத்து
இசை வேரை நட நட
வன் நிறை கூடும்

கழுதையின் கருவைப்
புறந்தள்ளும் பிறப்பில்
கலச சுழல்வின் கூர்
டார்வின் காணா ஊர்

வயிறு எரிய எழுதி
கயிறு முறிய வீழும்
என் பிண்டத்தின் பிம்பம்
சாத்தான் சாயலில்
திமிறி எழும்.

ஜ ஜ ஜ

எட்டாம் கிரக எதிரொலி

1. குகை ஒலி

மகுடம் மாற்றும் மந்திர
ஒலியலை ஓடும் குகையை
கால்தடம் கடக்கும் கணத்தில்
பாதை நகரா மாயை
உள்ளே ஒருத்தி உடல்
உறக்கம் துறந்த நடுக்கத்தில்
குகை விரிசல் எண்ணி
பகையின் விழிக்குள் சிக்கி
ஆயுள் எரிய கதறிப் பின்
நாணமிழந்து உலர்ந்தது

துறவு சென்ற வனத்தை
இரவு வான் துரத்த
அயர்ந்து கிடந்த எனக்கு
காற்றில் வந்த கதறல்
கருவின் ஆழமடைக்க
வெகுண்டெழுந்து விரைய
காட்டுப் பாதை மர்மம்
மாறா நிற ஓவியத்தில்
சுழன்றுகொண்டே நின்றது

ஒலி கிழித்த குகை முன்
ஒளி உமிழும் கையோடு
ஆறு வினாடி அசையாத
எனக்கு
எந்த ஈர்ப்புமில்லையென
குகைக்குள் நுழைந்து
தேடத்தேட
அத்தனை கதறலோடு
விரிசலுக்குள் அமர்ந்து
விழிகள் விரிய
கட்டுக்கடங்கா கோபத்துடன்
கவிதை எழுதியவள்

ஏதோ கிடைத்ததுபோல்
என்னையே பார்த்தாள்
எல்லாம் அடைந்தேனென
அவளையே எழுதி
அத்தனை கதையையும்
வனத்தில் வைத்தேன்
அவளின் குகையென.

ധ

2. சுழலலைத் திரிதல்

எனை எரித்த எரிநட்சத்திர
துகள் படிந்துகிடக்கும்
கர்வம் குடித்த கவிதையில்
முரணின் முகம் உடுத்திய
அத்தனை உயிர் எழுத்தும்...
உன்னுதடு உரசிய சிலிர்ப்பில்
வெப்பத்தின் வேர் பிடித்து
தேகத்தின் நீர் குடித்து...
நிறம் மாறா நிழலிலும்
தாகம் ஊறிய உச்சியென
சொல்லாத தேதிகளில்...
நுரை உடைத்த ஒலியை
நரைத்த முடியின் நுனியில்
தைத்து வைத்து மிதக்கும்
வைர வரியின் வயதென...
யுகம் கடந்த பின்னும்
கசிந்துவிடா காதலை
கார்பன் அணுவிலடைத்து
அண்டத்தில் அலைகிறது...
உம் சுழலலைச் சுருக்கத்தில்
பரிணாம சிறுக்கூடென...

ധ

3. ஆதியின் கூடுகள்

எனைக் கொன்ற சுவடுகளை
எத்தனைமுறை அழிப்பினும்
காடுகளின் கர்வம் கவ்விய
மீசை முட்களே முளைக்கும்

உன்னுருவம் குடித்த உதட்டில்
தென்துருவம் வெடித்து வீழினும்
வெளிகளின் பருவம் திரட்டிய
ஆதியின் கருவே உதிக்கும்

நிலம் விழுங்கிய அலைகளில்
முகம் அணிந்து நிற்பினும்
திசைகளின் விழி பறித்த
கார்முகில் கலமே மிதக்கும்
நிறம் அழித்த இதழ்களின்
வரம் உரித்துச் சூடினும்
கூந்தல் தேர் சாய்த்த
மின்மினி கவிதைப் பறக்கும்

புதுவித ஒளியின் சுடரை
மறைமுக சுழலில் அடைப்பினும்
ரிக்வேத மொழி படித்த
ஆரிய பூதம் பிறக்கும்

நிலவை உடைத்த பிளவுகளில்
கருகிய கடவுளை புதைப்பினும்
ஜென்மம் பின்னும் புணர்வில்
ஆதாம் ஏவாள் ஜனிக்கும்

ରୁ

4. தரை நிற திரை

உறைபனி நடுவில்
உன் உரை பனி
காதணி வடிவில்
கடல் கரை நுனி

ஒரு நொடி நடிப்பில்
சுயம் நிறை பிணி
சிறு அடி துடிப்பில்
பயம் உடை இனி

போர்க்கொடி தகர்ப்பில்
ஞானநிலை அறி
அகமூடித் திறப்பில்
தான கலை விரி

பாலைவன பரப்பில்
குளிர் உடல் சிலை
செய்மதி நுகர்வில்
ஒளிர் நிழல் விதை

நடுநிசி இரவில்
கூடல் ஓயா சதை
கொடும்பசி உணர்வில்
வாடல் தாயப் பிழை

இறை கரு உருவில்
காதல் பெண் குடை
தரை நிறத் திரையில்
சாதல் பின் விடை.

ര

5. வரிக்குள்

ஈரம் சொட்டும் துளியில்
எட்டு முறை எழுதியபின்
நெஞ்சை முட்டி முறைக்கும்
முத்த வரியின் முகத்தை
மூடிவைத்தேன் மைக்குள்

புல்லாங்குழல் புடவையில்
விரல் பிசைந்து நிற்கும்
உடல் மொழி உவமைக்குள்
ஊடல் துளி செழுமை

நிரப்பிவைத்த நிழலில்
ஒதுங்கி ஓடும் ஒளியென
ஈரம் சொட்டும் துளியில்
வரம் கொட்டிக் குளிக்கிறாய்

கடித்துத் துப்பிய விதையோடு
மரபியல் கடத்தும் மர்மமென
மடித்துக் கொடுக்கும் வரிக்குள்
உளவியல் மிரளத் துடிக்கிறாய்

நுரைத்து ஓடும் நதிக்குள்
அடைத்துவைத்த நிலவால்
பசித்தே சாகும் பைத்தியமாய்
மணல் காடுகளைக் கரைக்கிறேன்.

ൗ

6. முட்டும் முறை நிலை

நீ தொடுக்கும்
ஜி பூம் பா மந்திரம்
மோகம் தீர்க்கும்
சீ... போ.. பா.. எனும்
கவிதை கசிந்து
காதலைக் கவ்வுகிறது

வளையல் உடைத்து
கவிதை செய்கிறாய்
வலையில் அடைந்து
தரையை நெய்கிறேன்

குப்பியைக் குலுக்கி
குளிரை குழப்பி பின்
பனித்துகள் உடலில்
நீர் துளி கீறி
பார் கலி குடிக்கிறாய்

எஞ்சி நிற்கும் இரவை
இழுத்துப் போர்த்தி
கார் கனவுகளை சீவி
அலைப் பிரதேச அனலில்
தொட்டு அணைக்காத
மணல் சிற்பமென மாறுகிறாய்

கடக்கும் முன் ஒருமுறை
ஏன் என முறை... அது
என் சதை விழுங்கும்
யட்சியின் தீரா நிலை.

7. உயிரும் உதற

மழைத்துளி பாரம் போலும்
மேகம் தூவிவிட்டது
தேன்துளி காரம் போலும்
பூக்கள் விற்றுவிட்டது

நதிகள் அனாதை போலும்
மலை தொலைத்துவிட்டது
அலைகள் தொல்லை போலும்
கடல் விரட்டிவிட்டது

கற்பனை கவலை போலும்
கனவு கலைந்து வட்டது
சிந்தனை குறைகள் போலும்
நரம்பு நகர்த்திவிட்டது

தென்றல் வெப்பம் போலும்
காற்று துரத்திவிட்டது
மின்னல் இன்னல் போலும்
வானம் வெட்டிவிட்டது

உணர்வு தளர்வு போலும்
இதயம் வெறுத்துவிட்டது
வலிகள் எளிமை போலும்
இளமை சிலிர்த்துவிட்டது

காதல் பொய்மை போலும்
உயிரே உதறிவிட்டது
கவிதை உண்மை போலும்
விழிகள் நனைந்துவிட்டது.

8. உதடு தர்க்கம்

மிதித்து ஓடிய சேற்றில்
பொதிந்துக் கிடக்கும்... உன்
சைகை சரித்திரத்தை
வைகை நதி வம்பிழுக்க
கால் தடுக்கி முகம் திருப்பி
கூந்தல் கவிதையைப் பரப்பி
வரப்புகளுக்கு வயது வர
வைத்திய பாதம் வைக்கிறாய்

வேர் கிழித்த நீர் உதைத்து
மடை அடைக்கும் மார் சரிய
உடை உளறும் நடை நெய்து
விடை எழுதா காதல் படையை
வயல் முழுக்க நடுகிறாய்

முகர்ந்து தெளித்த
மூன்றாம் மூலிகை துளியில்
நகர்ந்து ஊறும் நாணலாய்
திறந்து வைத்த கதவுகளை
பறந்த தாவணியில் தாழிட்டு
சுவரின் மவுனம் கற்கிறாய்

எந்த விஷ சொட்டிலும்
சொர்க்கம் உணராது
மரண மாளிகை கட்டிலில்
தர்க்கம் மீறிய ஓவியமாய்
என்னுடலோடு உறங்கும்
உன்னுதட்டின் ஒரு வரி
ஆன்மாவின் அடி மொழி.

9. நெளியும் நிழல்

காட்டுப் பூக்களின்
கழுத்தை நெறித்து
வர்ணம் உறிஞ்சி
வற்றிய வனத்தில்
உயிரினம் விழுங்கும்
விகார விலங்கின்
கால்நகம் கீறியதில்
உதிரம் உமிழ்ந்து
ஊமையானதடி என் காதல்

விடியலை விரட்டி
மூடுபனியின் முகத்தை
முரணோடு முடுக்கும்
நெருப்பின் தேகத்தில்
நெளியும் என்னிழலின்
நெற்றியை நனைக்க – என்
விரலறுந்து விழும்
குருதி குமிழிக்குள்
குமறும் என் காதலை
எந்த எழுத்தில் எப்படி எழுத?

ଔ

10. உறக்க தழும்பு

முறைத்து நின்று
முறத்தில் அள்ள
நெஞ்சத்தின் சிதறல்
நெல்மணி அல்ல

அள்ளி முடிந்த
கூந்தல் நடுவில்
கிள்ளி எறிந்த
அல்லி இதழா நான்

உழவும் நிலத்தில்
அகவும் மயிலென
நழுவும் தாவணிதான்
உன் உளவியல் உச்சமோ

உண்ணலை உதறிய
என்னுடம்பின் எலும்பிலும்
உன்னலின் உளறலாய்
உறக்கத்தில் ஒரு தழும்பு

ஆழத்தில் அழுகிய
ஆலமர வேர்நுனியாய்
தாகத்தில் கதறுதடி
ஆழ்மன உயிர் ஒலி.

ଛ

11. இரகசியம்

நெருப்பை எடுத்து
நிழலாய் வைத்தேன்
அனலில் பறந்தது
அவளின் நினைவு

புது உலகைப் படைத்து
நிலவோடு இணைத்து
நள்ளிரவில் கொடுத்தேன்
அவளுக்குப் பரிசாய்

நாழிகை நகர்த்தி
மாளிகை அமைத்தேன்
ஒப்பனை உடுத்தாத
ஓர் ஒளியாய் அவள்

புருவ நுனிதனில்
புறப்படும் வீச்சிலே
விண்மீனை விற்றவள்
புன்னகையில் புதைக்கிறாள்

உயிரான உணர்வினை
உருவி எறிந்தாலும்
திமிரான நினைவினால்
அருவியாய் குதிக்கிறாள்

தாழும் பூக்களில்
தடுமாறிய புதுவாசம்
நிறைந்து வழியும்
தென்றலின் தேகம் அவள்

பறவைகளே பறக்காத
தனித்தீவில் மிரளாமல்
துணிகரமாய் நுழைந்த
வசீகர வதனம் அவள்

இரசனையை அடுக்கி
உருவான உலகழகு
சித்திரத்தில் பதியாத
இரகசிய இரத்தினம் அவள்

ஆற்றை எடுத்து
அழகாய் மடித்து
அவளிடம் கொடுத்து
அனுமதி கேட்பேன்
அவளழகை இரசிக்க.

ω

12. உன் கலை

கதவிற்கு நேரெதிராய்
மதில்மேல் அமர்ந்து
காலசைக்கும்
கவிதையாய் நீ மாற...
உனக்கு நேரெதிராய்
நின்ற என்னுள்...
எத்தனை வரிகளை
வாசித்து ரசித்தாய்?

தினமும் திசைமாறி
தென்றலைத் துரத்தும்
அந்தச் சுழல் காற்றுக்கும்...
நொடியில் எனை வாரி
அடிமனதை அழுத்தும்
உந்தன் பின் நடைக்கும்..
பருவ ஒற்றுமையோ?

உன் இரு கை ஏந்திய
மொட்டுகளின் மோதலில்
எண்ணற்ற வண்ணத்தில்
எத்தனை பூக்கள் பூத்தன?

விரும்பாத நட்பையோ
வெறுபேற்றும் உறவையோ
ஒரே வார்த்தையில்
ஓங்கி அறையும்
அற்புதக் கலையை
எப்போது கற்றாய்?

ॐ

13. மீட்கத் தவறிய மீதங்கள்

நித்திரை விற்ற இரவொன்றில்
வளைந்து நெளியும் நாணத்தை
முதுகின் மோதல் விரித்திடுமோ?

தயங்கி தழுவும் தேகத்தில்
மயங்கி அவிழும் தாகத்தை
இதழின் வரிகள் நிறைத்திடுமோ?

பரந்து படரும் போர்வைக்குள்
ஒளிந்து உரசும் புருவத்தை
நுனிவிரல் தாவல் வருடிடுமோ?

நுரையென உடையும் வெக்கத்தில்
சிறையாய்ச் சூழ்ந்த அச்சத்தை
கழுத்தின் அழுத்தம் கவிழ்த்திடுமோ?

பறையென முழங்கும் சத்தத்தில்
கலையாய் பரவும் முத்தத்தை
மார்பின் மோதல் வென்றிடுமோ

உறைந்து உருளும் என்னுடலில்
இறந்து உதிரும் இதயத்தை
எந்தத் தீண்டல் மீட்டுத் தருமோ?

Q

14. அசையும் அகம்

புறம் தள்ளிப் புன்னகைத்து
அகம் அசைத்த பொழுதுகள்
சுரம் பிடித்து இசையமைத்த
கன்னக்குழியின் கனவுகள்

விரல் தொட்டு நாணமிட்டு
நிஜம் அழித்த உணர்வுகள்
சுகம் சுரந்து உயிர் படித்த
மணிக்கட்டின் மயக்கங்கள்

புருவம் பேசிப் புரிந்திட்ட
வார்த்தை துறந்த கவிதைகள்
பருவம் மறந்து விருந்திட்ட
நெற்றிப்பொட்டின் தாகங்கள்

கர்வம் மீறி காதலித்து
விருப்பம் வெறுத்த முடிவுகள்
சர்வம் தரித்து சங்கமித்த
அமுதமொழியின் ஆழங்கள்.

☙

15. அறுபது நொடி

திறந்த கதவிடுக்கில்
நுழைந்த ஒளிச்சிதறலில்
ஒளிந்து குழைபவளாய்
மறந்தே விழுகிறாய்

சாய்நிலைக் கோணத்தில்
பிழையாகிய பிரிகையென
முப்பட்டக கன்னத்தை
முத்தத்தால் நிரப்புகிறாய்

அறுபது நொடிகளை
அப்படியே நிறுத்தி
அசையாப் பொருளிலும்
அணுவென சுழல்கிறாய்

எண்ணற்ற எழிலோடு
எட்டாம் கிரகத்தின்
எதிரொலி வீச்சை
எலும்பினுள் அடைக்கிறாய்

நீர்த்துளிப் பாய்ச்சலால்
நிலமிழந்த புதுவெளியில்
நிறையற்ற நிழலாகி
பார் முழுக்கப் பரவுகிறாய்

தன்னிலைப் பிறழ்வுகளில்
தலைகீழ் பிம்பத்தின்
தர்க்கமிலா முடிவாகி
தத்துவம் பொழிகிறாய்

நேர்க்கோட்டு நிகழ்வினை
தாழிட்ட தருணத்தில்
வேர் விட்ட விருப்பமென
உடலுறைய சிலிர்க்கிறாய்.

ജ

16. ஆசை முகம்

உளறிய உதடுகளை
உலரவைத்த ஈரமது

கதறிய கவிதைகளை
நகலெடுத்த நடனமது

முதிர்ந்த முகங்களை
முத்தமிடும் ஏக்கமது

ஒளிக்கற்றை ஓடைகளில்
ஊமையான உலகமது

தன்னிச்சை தருணங்களில்
ஆர்ப்பரிக்கும் ஓசையது

மீட்டெடுத்த உடல்களில்
உறைந்துபோன உயிரது

நிரம்பிய நீரலையில்
நீந்தாத சுவாசமது

ததும்பிய தத்துவத்தில்
தலையில்லா தேகமது

பிடுங்கிய நரம்புகளில்
நடுங்கிய நாளமது

விரும்பிய மொழிகளில்
விலகிய கவியது.

ങ

17. தாகம்

உறங்கிய ஊமத்தப்பூவின்
உயிரை உள்ளிழுத்து ஊதும்
பாறை மோதிய முகமொன்றில்
முத்த முத்திரை கசிகிறது

வருடிய வாய்நுனியில்
வற்றிய தேன்துளியென
நெற்றி தழுவிய நிஜமாக
தேக நித்திரை அவிழ்கிறது

பருகிய பாதங்களில்
உருட்டிய மயக்கமென
இதழ் இறுகிய ஈரமாக
இரவின் தீண்டல் திரள்கிறது

விலகிய விரல்களில்
உதிரும் புதையலென
நாணம் நழுவிய நகமாக
மௌன தாகம் முளைக்கிறது

ஊடுருவிய உடல்களில்
துயிலாத கர்வமென
புலன் புலம்பிய புதிராக
காதலின் வேகம் கலைகிறது.

18. கடைவிழி

கிழக்குப் பார்த்து சிரிக்கையில
மேற்கும் மெதுவாய் முறைக்குதடி

வானம் பார்த்து ரசிக்கையில
பூமி பிளந்து விழுங்குதடி

விழிகள் விரும்பிய எழில் நிறமும்
எரியும் தீயில் கருகுதடி

உணர்வை ஒதுக்கிய உயர் உறவு
செயலின் முடிவில் வாழுதடி

சித்திரை மாத அனல் சிதறல்
உடைந்த மனதை ஒட்டுதடி

கனவை விரட்டும் விரலின் தாகம்
விண்மீன் மடியில் துள்ளுதடி

வார்த்தை கடத்திய காற்றுக்குள்
வர்ணனை மிகையாய் பொழியுதடி

சுடிதார் உடுத்திய கவிதைக்குள்
உணர்வை ரசிப்பது காதலடி

நகங்கள் கீறிய மேசைகளும்
நடனக் கலையில் சிறக்குமடி

கூந்தல் சூடிய மொட்டுகளும்
வாடாத முறையில் மலருமடி

பாதம் உரசிய மண்துகளும்
தங்கச் சிமிராய் மின்னுதடி

குடிநீர் குடிக்கும் குவளைக்குள்
வருகைப் பதிவாய் அமிர்தமடி

தேகம் குளித்த நீர்த்துளியும்
அழகியல் அருவியாய் வீழுமடி

கடித்துத் துப்பிய நகநுனியும்
இரவில் மின்னும் வைரமடி

விருப்பம் மறுத்த தேன்மொழியில்
உயிர்வளி உருக்கிய இதயமடி

கற்பனை மிதக்கும் கடைவிழியில்
எழுதிய கவிதை சொற்பமடி.

∞

19. குற்றமே

வானில் பறந்து திரிந்தே
முள் ஒன்றை
மிரட்டுகிறேன் - உன்
காலணியில் நுழைந்தது குற்றமே!

சாரலோடு சண்டையிட்டே
தூரல் ஒன்றை
துரத்துகிறேன் - உன்
துப்பட்டா நனைத்தது குற்றமே!

தோட்டத்தில் பூத்து மலர்ந்தே
தேனீ ஒன்றை
திட்டுகிறேன் - உன்
கழுத்தைக் கடித்தது குற்றமே!

மேசைமேல் கைவைத்தே
புத்தகம் ஒன்றை
கிழிக்கிறேன் - உன்
மடியில் அமர்ந்தது குற்றமே!

வீட்டில் ஒளிந்து மறைந்தே
கண்ணாடி ஒன்றை
உடைக்கிறேன் - உன்
அழகை ரசித்தது குற்றமே!

படுக்கையில் சரிந்து விழுந்தே
போர்வை ஒன்றை
எரிக்கிறேன் - உன்
தேகம் தொட்டது குற்றமே!

இரவில் உறங்கி மயங்கியே
கற்பனை ஒன்றை
கலைக்கிறேன் - உன்
கனவைத் திருடியது குற்றமே!

20. மதியொளி

இறுகிப் பிணைந்தாள்
இதயத் தமனிகளை
கூந்தலின் சாரலோடு

ஊன்றி உரசினாள்
நெற்றியின் நாளத்தை
படியிலோடிய பாதமாய்

உரித்து உதிர்த்தாள்
உணர்வின் தேகத்தை
ஊமையெனும் விரலால்

முறைத்து ரசித்தாள்
கருநிற நிழலை
கண்ணாடிச் சிலையென

பிழிந்து உதறினாள்
பிரியத்தின் தாகத்தை
துவைத்த தாவணியாய்

புரட்டிப் புதைத்தாள்
புத்தியின் புலமையை
மதியொளி மயக்கமாய்

உறங்கி உளறினாள்
உள்மன உருக்கத்தை
போர்வைக்குள் புதையலாய்
ஓங்கி அறைந்தாள்
காதலின் கன்னத்தை
கவியெனும் கரத்தால்

உறிஞ்சிப் பருகினாள்
உயிரின் துளிகளை
உதட்டின் ஊடலோடு.

ஜ

21. தேடல்

காலுக்கு என்ன கணக்கோ
உன் - பாதம் தேடி
தேய்ந்து போகுது

விரலுக்கு என்ன விருப்பமோ
உன் - கன்னம் தேடி
களைத்துப் போகுது

இதழுக்கு என்ன இன்பமோ
உன் - புன்னகை தேடி
புதைந்து போகுது

விழிக்கு என்ன தேடலோ
உன் - முகம் தேடி
மூழ்கிப் போகுது

மனதிற்கு என்ன மயக்கமோ
உன் - குணம் தேடி
குழைந்து போகுது

நிழலுக்கு என்ன பழக்கமோ
உன் - தேகம் தேடி
தோற்றுப் போகுது

கவிக்கு என்ன கற்பனையோ
உன் - காதல் தேடி
சிலிர்த்துப் போகுது

இமைக்கு என்ன ஏக்கமோ
உன் - இடை தேடி
இளைத்துப் போகுது!...

ಜಿ

22. எப்போது

எண்ணம் எல்லாம்
எழுத்தில் புதைத்து
காதலை எல்லாம்
கவியில் பதித்தேன்

வாழ்க்கை ஒன்றை
வரிகளில் வைத்து
விருப்பம் சொல்ல
விரும்பி வந்தேன்

இதயம் ஒன்றில்
முழுதும் உறைந்து
கண்கள் பார்த்தே
காதல் சென்னேன்

நிமிடம் ஒன்று
நிற்கும் முன்

கன்னம் ஒன்றை
காலணி ஒன்றால்
காயம் செய்த காதலியே

கன்னத்தை கட்டிவைத்து
வீங்கும் வரை
விரட்டி அடித்தாலும்

வீங்கிய கன்னத்தை
விளையாடத் தருவேன்
எடுத்துச் செல்ல
எப்போது வருவாய்..

ര

23. வாசத்தில் வசி

மக்கிப்போன மாளிகை ஒன்றின்
மண்ணைத் திருடி
பூக்கள் அருகே
புதைத்து வைத்தேன்

பூக்களின் வாசம் வாங்கும்
புதைந்துபோன மண்ணை
திங்களன்று தோண்டி
நதியைத் தெளித்தேன்

வாசம் வீசும் மண்ணை
விடியல் ஒன்றில்
வெட்டி எடுத்து - என்
கவிதையோடு
கட்டிவைத்தேன்

மண்துகள் மயங்கி
மொட்டாய் மாற
அன்பை அதிலே
அடைத்துவைத்தேன்

கவிதை கேட்ட
மலரை எல்லாம்
காதல் சொல்லி
பூக்கச் செய்தேன்

வளர்ந்த பூக்கள்
வாடாமல் இருக்க
எந்தன் ஆசை
ஊற்றிவைத்தேன்

வாடாத மலர்களை வைத்து
ஆடாத மாளிகை செய்து
பாடாத காதல் சொல்லி
வீடாக வைத்திருக்கிறேன்

வாசத்தில் நீ வசித்து
வசந்தம் ஒன்றை நீ ரசிக்க.

24. புடவை உயிர்

சுற்றுச்சுவரை
சுற்றிச் சுற்றி வந்து
உந்தன் உருவ நிழலை
தேடித் திரிய – நீ
ஒற்றைப் பார்வையில்
ஒத்திகை பார்த்தாய்

குமிழி ஒன்றில்
குதித்து – என்
குருதி எல்லாம்
அடைத்து – பின்
காதலை மட்டும்
காதல் செய்தேன்

சுகமான ராகத்தின்
சுயசரிதை சொல்லும்
கவிதையை – உன்
காலருகே வைத்தேன்

கவியில் பிறக்கும்
காதல் எல்லாம்
கற்பனை என்றே
நீ ஒதுக்கி – என்
விரலைக் கொஞ்சம்
மடியவைத்தாய்

உன்
புருவம் மட்டுமல்ல
புடவைகூட
புறக்கணித்தால்
எங்கே போகும்
என் காதல்?

என் நெஞ்சில்
முதிர்ந்துபோன காதல்
உன் வார்த்தை ஒன்றால்
அதிர்ந்துபோனாலும்
இன்னும் இங்கே
உதிர்ந்துபோகாமல்
உலவும் கவியாய்

விரலை வெட்டி
வீதியில் வீசியும்
கனவில்கூட
கற்பனை வழியில்
காதல் வருதே

பெண்ணே!
காற்றில் கருகிப்போன
என் காதல் – இனி
உயிரில் உருகிப் போனாலும்
தவறா?

25. மெட்டெடுப்பேன்

பகலவன் பழிதீர்க்கும்
மயக்கமில்லா மதியப் பொழுதில்
அவள் வெட்கத்தை வேகமாய்
வேடிக்கை பார்த்தவுடன்

நதிக்கரையை நகல் எடுத்து
அவள் பாதச்சுவட்டின்
பக்கம் வைத்து
நகலின் நடுவில்
நழுவாமல் நகர்கிறேன் - அவள்
நறுமண நினைவுகளுடன்

இதோ அவள்
பாதச்சுவட்டை
தொடர்ந்து துரத்துது
நகல்

அவள் பாதச்சுவட்டின்
பக்கம் வந்தால்
நண்டுகள்கூட
தொண்டுகள் செய்யும்

கரையைத் தாண்டி
அலைகள் வந்து
அவள் சுவட்டை
அழிக்கப் பார்த்தால்
அறைகள் வாங்கி
தொலைந்துபோகும்

மணலில் புதையும்
அவள் பாதச்சுவடு
அனலாய் போனால்
எனக்கென்ன
அவள்
விட்டுப் போகும்
பாதச்சுவட்டை
தொட்டுக்கொண்டே
காதல் சொல்லும்
மெட்டெடுப்பேன்.

26. பறவை

நொடியில் ஒடியும்
ஓலைக் குடிசையின்
ஓரம் நின்றும்
உறக்கம் கேட்கும்
குதூகலக் குழந்தை நீயடி

நிம்மதி நீங்கிய
நிமிடப் பொழுதில்
உடையும் துளியாய்
உடையை நனைக்க
மோதிய மேகம் நீயடி

மோதல் முடிவில்
காக்கும் கடவுளின்
கை விரல் பிடித்து
சித்திரம் தீட்டும்
சின்னஞ்சிறு சிறுமி நீயடி

ஓடும் காற்றின்
ஓசை இரசித்து
ஒற்றைக் குரலில்
அற்புதம் அளிக்கும்
அழகிய பறவை நீயடி

சிந்தனை துரத்தும்
நடுநிசி இரவில்
மயக்கஊசி மருந்தினை
உதடு வரியில் ஊதும்
எழுதுகோல் நீயடி.

ॐ

27. நடுக்கம்

நுரையில் நுழைந்த
சுவாசம் எல்லாம்
அறைக்கு வெளியில்
திரியுமடி

வன்முறை விதைத்த
வசந்தம் வளைந்து
புனிதம் புதைக்க
விரையுமடி

பிழைகள் விரும்பிய
திருத்தம் முழுக்க
உண்மை அழித்தே
உலவுமடி

துளைகள் வெறுத்த
வெற்றிடம் நிலைத்து
வழியை மறைத்து
நிற்குமடி

துயரம் துளைத்த
வாழ்வின் பாகம்
சமூகம் வெறுத்து
திட்டுமடி

வேடம் விரும்பிய
தேகம் சரிந்து
வறுமை இணைத்து
நனையுமடி

சேற்றில் தெளித்த
வண்ணம் மிதந்து

வாசல் செருப்பில்
சிரிக்குமடி

வெடிப்பில் வீசிய
விதைகள் எல்லாம்
நடிப்பில் மட்டுமே
முளைக்குமடி

காதலை வரைந்த
கவிதைப் புள்ளியும்
நரம்பில் சுயமிழந்து
நடுங்குமடி.

28. பூட்டிய புருவங்கள்

நுனிக் காது மடல்
பனிக் கவிதை கடல்
ஒட்டி உரசும் உடல்
கொட்டி எரிக்கும் அனல்

கடித்து வருடும் தாடி
கோடிக் கனவின் நாடி
கட்டித் தழுவும் நொடி
காதலின் சுவாச மூடி

கிள்ளிக் கொல்லும் விரல்
மந்திர உலகின் சுடர்
பின்னிப் பிணையும் கூடல்
ஆண்மை குடித்த தேடல்

பாதம் முட்டிய தரை
ராகம் மூட்டிய சோலை
புருவம் விரட்டும் வெளி
வேதம் புரட்டிய நெறி

கழற்றி எறியும் ஆடை
கவிதை பிழிந்த ஓடை
சுழற்றிக் கோதும் ஜடை
கம்பன் கற்கா கலை

மோதும் மோதிர இடை
பருவ பால்வெளி படை
ஜென்மம் மீட்டும் படுக்கை
கடவுள் ஆற்றுப் படுகை.

ஞ

29. வனத்தின் நிலா

நிலா முழுக்க - எம்
கனாவின் அணுக்கள்

சுற்றும் இரவெல்லாம்
கற்கும் கதைகளை
வேர்க்கும் அனலுக்குள்
அடைத்துப் பதுக்கி
பத்திரப்படுத்திய பாதையை
ஒரு கோடு கிழித்து
கோவம் கொள்கிறாய்

மிஞ்சிய விழிக்குள்
நெஞ்சின் மொழியை
வரையாத கோடாய்
ராகம் நெய்கிறாய்
வீழ்ந்து ஓடும்
ஒவ்வொரு துளியிலும்
வாழ்ந்து படர்வது
ஆழ்ந்த காதலின் முகம்

நீ மிதித்து மிதித்து
பாதை அழிக்கையில்
பயணம் புள்ளியாகிறது

எரிந்து முடிந்த
காட்டில் - நீ
கிழித்த கோட்டின்முன்
அமர்ந்து கிடப்பது என்னுடல்.

ஒ

30. முன்ஜென்ம முத்தம்

இரைந்த இருளகற்றும்
உன்னுருவ ஓவியத்தில்
மஞ்சள் நிறக் கோடென
கசியும் முத்தச்சுவடை
இறைவன் பறித்து... தன்
சடையில் சுருட்டி நடிக்கிறான்

இதழ் சுழித்த நொடியில்
வான்வெளி கிழித்து
கூடுவிட்டு கூடு பாயும்
யாசக உயிர் துரத்தி
கழுத்தில் கை வைத்து
கடவுளைக் கொல்கிறேன்
கடவுளின் சடலத்தை
ஆறு முடிச்சுகளில் அவிழ்த்து
சடையில் சூடிய சுவடை
ஏறு நடையில் தேடத் தேட
ரகசியம் தீரா பசியேறி
பால்வெளி மிதிக்கிறேன்

பளுவற்ற பாத நகமும்
வேத வரியோடு மோதி
முத்தச்சுவடைக் காண
முட்டும் திசையெங்கும்
யாகம் செய்ய எரிந்தது

நம் கூடல் சரித்திரத்தை
எப்படி திருப்பிப் பார்த்தாலும்
கடவுள் கடத்திய... இந்த
முத்தச் சுவடே சான்று

கிரகம் யாவும் சுழல
புடவி முழுக்கப் புகையாக
சுடர் உறிஞ்சும் என் தவத்தின்
ஏழாம் யுக இறுதியில்
கடவுளின் சடலத்தில்.. நம்
முத்தச்சுவடு முளைக்கிறது

நிலவொளி படர.. மெல்ல
முத்தச்சுவடைத் தொட்டதும்
சட்டென... எழுந்து
கர்ஜித்த கடவுள்
'அவள்...
என் காதலி!... என்கிறான்.

31. காதலென்பது

சுழன்று சுற்றும் வெளியில்
பார் செதுக்கும் விழியால்
எனை யாரென... பார்
அது காதல் யுக வேர்

குறுகிக் கிடக்கும் உன்னிடை
திருகிச் சிவந்த என் விரலில்
பெருகி அவிழும் வரிகளை
பருகி மடிந்தது நம்மிதழ்

பிரிவின் பின்.. திரையில்
விரியும் முத்த முடிவில்
உன் மொத்த உருவத்தால்
ஓங்கி அறைகிறாய்
என்னிரு கன்னம் வீங்க

தேகத்தின் ரோமத்தில்
மோகத்தின் வேகத்தை
வானத்தின் கோபமாக்கி
பாலைவன தாகத்தில் சுடுகிறாய்

உனக்கான கவிதைகளை
படிக்காமல் புதைப்பதை விட
என்னுடல் புதைக்கையில்
ஏதேனும் எழுதி விடு
ஏதேன் தோட்டம் மீட்க

உன் நினைவோடு மோதி
உடையும் என் மூளையில்
நரைத்துக் கிடக்கும் நியூரானும்
உளவியல் நோயெனத் திரியுதடி

பறவை கொத்திச் சிதறிய
படிமத்தின் பக்கத்தில்
படித்துறங்கும் பிம்பமென
முன்ஜென்ம புலவிகளை
குருதிக் குளத்தில் எறிகிறாய்

சலித்துப்போன சாத்தானின்
சரித்திரச் சாபங்களால்
தந்திரக் கடவுள் கருகட்டும்
காதலை முறிக்கும் முடிவுகளில்

உன்னுதட்டு வரிகளில்
உச்ச கவி உதிர்ந்த பின்
உயிர் உரித்த உடலருகில்
நிமிரா நிழலின் யாகம் நீ

தத்துவச் சரடில்.. காதலின்
உயிர் நரம்புகளை இறுக்கி
பால்வெளியைச் சுருட்டி.. பின்
எதைப் படைப்பாய் காதலுக்கு

புடவியின் விதி தகர்ந்த
கிரக உருவ மலை நுனியில்
என் தாந்திரீக தியானத்தில்
உன்னுடை... தவத்தின் நெறி

கீறும் நகத்தில் சதை மெல்ல
சீறும் காதலில் பிழை வெல்ல
மீறும் வலியில் எதைச் சொல்ல
போதும்... வா எனைக் கொல்ல

கடலின் கதவு திறந்து
தொலைந்த தமிழ் தேடலில்
ஊடலில் உறுமும் உனது கதை
கண்டம் யாவிலும் காவியமாகும்
எழுதியது யாரெனத் தெரியாமல்

நாமிறந்த இதிகாச இடுகாட்டில்
உன் முதுகு பெரும் ஏடு...
மரணம் எதிர்த்த நம் பாட்டில்
அகிலம் பரிணாம சிறு கோடு

வெண்ணிற பனித்திரை சூழ
கல்லிடுக்கில் கழன்று கத்தும்
என்னுயிரை ஊட்டி உனையெழுப்ப
எக்கடவுள் காதலுயிர் விற்பவன்

கட்டையில் அடுக்கி அழுது
எரித்து பிணமெனக் கடக்க
போர்முனைக் காதலென்பது
வெறும் மனிதம் மட்டுமல்ல.

படைப்பு பதிப்பகம் வெளியீடுகள்

2020

1. இடரினும் தளரினும் - விக்ரமாதித்யன்
2. கன்னத்துப்பூச்சி - மணி சண்முகம்
3. நிறமி - ஆண்டன் பெனி
4. யமுனா என்றொரு வனம் - ஆண்டன் பெனி
5. காலநதி - ஆரூர் தமிழ்நாடன்
6. என்மனார் புலவர் - கரிகாலன்
7. தேநீரைக் கைதொழுதல் - மணி சண்முகம்
8. பெருஞ்சொல்லின் குடல் - மா.காளிதாஸ்
9. கவிதை அனுபவம் - இந்திரன் | வ.ஐ.ச.ஜெயபாலன்
10. புத்தனின் கடைசி முத்தம் - லக்ஷ்மி
11. நீந்தத் தெரியாத அய்யனார் குதிரை - வீ கதிரவன்
12. நோம் என் நெஞ்சே - கரிகாலன்
13. உதிர் நிழல் - கி.கவியரசன்
14. தனிமை நாட்கள் - பிரபுசங்கர் க
15. சிப்ஸ் உதிர் காலம் - கவிஜி
16. மணிப்பயல் கவிதைகள் - மணி அமரன்
17. கார்முகி - கோபி சேகுவேரா
18. சைகைக் கூத்தன் - முகமது பாட்சா
19. பொய்மசியின் மிச்சம் - மதுசூதன்
20. ஆ காட்டு - மு.முபாரக்
21. முழு இரவின் கடைசித் துளி - ப.தனஞ்ஜெயன்
22. புத்தன் மீன் வளர்க்க ஆசைப்படுகிறான் - வழிப்போக்கன்
23. யாயும் ஞாயும் - ஜே.ஜே.அனிட்டா

படைப்பு பதிப்பகம் வெளியீடுகள்

2020

24. THE LIBERATION SONG OF A WOMENS BODY - Dr.NaliniDevi

25. கெணத்து வெயிலு - காதலாரா

26. காலாதீதத்தின் சுழல் - ரத்னா வெங்கட்

27. பெண் பறவைகளின் மரம் - மதுரா (தேன்மொழி ராஜகோபால்)

28. நட்ட கல்லும் பேசுமோ - பிரேமபிரபா

29. நீ துளையிட்ட எனது புல்லாங்குழல் - ஜின்னா அஸ்மி

30. நான் உன்னுடைய துறவி - தி.கலையரசி

31. பழுத்த இலையின் அடுத்த நொடி - குமார் சேகரன்

32. நீளிடைக் கங்குல் - ராஜி வாஞ்சி

33. மைனாவை பேசச்சொல்லி கேட்பவர்கள் - ஜின்னா அஸ்மி
(படைப்பு மின்னிதழ்களில் வந்த கவிதைகளின் தொகுப்பு)

34. 64 கட்டங்களில் தனித்திருக்கும் ராணி - ஷெண்பா

35. பச்சையம் என்பது பச்சை ரத்தம் - பிருந்தா சாரதி

36. ஏவாளின் பற்கள் - காயத்ரி ராஜசேகர்

37. உன் கிளையில் என் கூடு - கனகா பாலன்

38. கீரக்காரம்மா - முத்து விஜயன்

39. அக்கை - அழ ரஜினிகாந்தன்

40. அம்மே - சலீம் கான் (சகா)

41. ஹைக்கூ தூண்டிலில் ஜென் - கோ.லீலா

42. வாவ் சிக்னல் - ராம்பிரசாத்

43. புரவிக் காதலன் - 14 எழுத்தாளர்கள்

44. குடையற்றவனின் மழை - கா.அமீர்ஜான்

45. நெடுநல் இரவு - மௌனன் யாத்ரிகா

படைப்பு பதிப்பகம் வெளியீடுகள்

2019

1. நம் காலத்துக் கவிதை – விக்ரமாதித்யன்
2. ஆரிகாமி வனம் – முகமது பாட்சா
3. எறும்பு முட்டுது யானை சாயுது – கவிஜி
4. சொல் எனும் வெண்புறா – மதுரா (தேன்மொழி ராஜகோபால்)
5. யாவுமே உன் சாயல் – காயத்ரி ராஜசேகர்
6. நீர்ப்பறவையின் எதிரலைகள் – குமரேசன் கிருஷ்ணன்
7. பொலம்படை கலிமா – ஜோசப் ஜூலியஸ்
8. நீ பிடித்த திமிர் – அகதா
9. இசைதலின் திறவு – ஜானு இந்து
10. மறை நீர் – கோ. லீலா
11. தேநீர் கடைக்காரரின் திரவ ஓவியம் – பிரபு சங்கர். க
12. எரியும் மூங்கில் இசைக்கும் நெருப்பு – நடன. சந்திரமோகன்
13. வேர்த்திரள் – சலீம் கான் (சகா)
    (பரிசுப்போட்டிக்கு வந்த கவிதைகளின் தொகுப்பு)
14. வான்காவின் சுவர் – ஜின்னா அஸ்மி
    (படைப்பு மின்னிதழ்களில் வந்த கவிதைகளின் தொகுப்பு)
15. இருளும் ஒளியும் – பிருந்தா சாரதி

2018

1. நீர் வீதி – ஜின்னா அஸ்மி
   (படைப்பு மின்னிதழ்களில் வந்த கவிதைகளின் தொகுப்பு)
2. பாதங்களால் நிறையும் வீடு – ஜின்னா அஸ்மி
   (பரிசுப்போட்டிக்கு வந்த கவிதைகளின் தொகுப்பு)
3. உயிர்த்திசை – சலீம் கான் (சகா)
   (பரிசுப்போட்டிக்கு வந்த கவிதைகளின் தொகுப்பு)
4. வெட்கச் சலனம் – அகராதி
5. சிண்ட்ரெல்லாவின் தூரிகை – குறிஞ்சி நாடன்
6. அசோகவனம் செல்லும் கடைசி ரயில் – அகதா
7. என் தெருவில் வெஸ்ட் மினிஸ்டர் பாலம் – கோ. ஸ்ரீதரன்
8. அஞ்சல மவன் – கட்டாரி
9. கடவுள் மறந்த கடவுச்சொல் – ஜின்னா அஸ்மி
10. கை நழுவும் கண்ணாடிக் குடுவை – கவி விஜய்

2017

1. மௌனம் திறக்கும் கதவு – ஜின்னா அஸ்மி
   (படைப்பு மின்னிதழ்களில் வந்த கவிதைகளின் தொகுப்பு)
2. நதிக்கரை ஞாபகங்கள் – ஜின்னா அஸ்மி
   (பரிசுப்போட்டிக்கு வந்த கவிதைகளின் தொகுப்பு)
3. உடையாத நீர்க்குமிழி – ஜின்னா அஸ்மி
   (பரிசுப்போட்டிக்கு வந்த கவிதைகளின் தொகுப்பு)
4. இந்தப் பூமிக்கு வானம் வேறு – ஆண்டன் பெனி
5. நிலவு சிதறாத வெளி – காடன் (சுஜய் ரகு)
6. இலைக்கு உதிரும் நிலம் – முருகன். சுந்தரபாண்டியன்
7. நிசப்தங்களின் நாட்குறிப்பு – குமரேசன் கிருஷ்ணன்
8. நினைவிலிருந்து எரியும் மெழுகு – ஆனந்தி ராமகிருஷ்ணன்